കിളികുലക്കോട്ടയിലെ സായിപ്പുപക്ഷികൾ

kilikulakottayile sayippupakshikal

•

pushpan thikkodi

•

first edition
january 2017

•

typesetting & published
chintha publishers, thiruvananthapuram

•

•

cover & illustration
boby m prabha

•

വിതരണം

ദേശാഭിമാനി ബുക്ക് ഹൗസ്

H O തിരുവനന്തപുരം-695 035
Ph: 0471-2303026, 6063020
www.chinthapublishers.com
chinthapublishers@gmail.com

ബ്രാഞ്ചുകൾ

ഹെഡ്ഓഫീസ് ബ്രാഞ്ച് കുന്നുകുഴി • സ്റ്റാച്യു തിരുവനന്തപുരം • കെ എസ് ആർ ടി സി ബസ് സ്റ്റേഷൻ ആലപ്പുഴ • കെ എസ് ആർ ടി സി ബസ് സ്റ്റേഷൻ എറണാകുളം • മച്ചിങ്ങൽ ലെയ്ൻ തൃശൂർ • ഐ ജി റോഡ് കോഴിക്കോട് • മാവൂർ റോഡ് കോഴിക്കോട് • എൻ ജി ഒ യൂണിയൻ ബിൽഡിങ് കണ്ണൂർ • സെൻട്രൽ ബസ് ടെർമിനൽ കോംപ്ലക്സ് താവക്കര കണ്ണൂർ

CO -2432 / 3983
ISBN - 978-93-86364-07-4

കിളികുലക്കോട്ടയിലെ
സായിപ്പുപക്ഷികൾ

(ബാലസാഹിത്യം)

പുഷ്പൻ തിക്കോടി

ചിന്ത പബ്ലിഷേഴ്സ്
തിരുവനന്തപുരം-695 035
വില : ₹ 90

പുഷ്പൻ തിക്കോടി

1956 ൽ തിക്കോടിയിൽ ജനനം. അച്ഛൻ: പി ടി ശേഖരൻ നായർ. അമ്മ: കെ ഓമനഅമ്മ.
തൃക്കോട്ടൂർ യു പി സ്കൂൾ, പയ്യോളി ഗവ. ഹൈസ്കൂൾ, മലബാർ ക്രിസ്ത്യൻ കോളേജ്, ഗവ. കോളേജ് മടപ്പള്ളി എന്നിവിടങ്ങളിൽ വിദ്യാഭ്യാസം.
പൊലീസ് വകുപ്പിൽ അഡ്മിനിസ്ട്രേറ്റീവ് അസിസ്റ്റന്റായി വിരമിച്ചു.
കൃതികൾ: *അരുന്ധതി മാത്രം യാത്രയാവുന്നു. എട്ടാമത്തെ സ്വരം, മാനസഞ്ജാരൻ* (കഥകൾ), *ചെന്നിമലർ, യാദാസ്ത്, പ്രണയാക്ഷരങ്ങൾ, പേരില്ലാത്തവരുടെ നഗരം, കനൽതീനിപ്പക്ഷി* (നോവലുകൾ), *വിഡ്ഢികളുടെ പെട്ടകം* (ലേഖനങ്ങൾ), *സമത്വവാദത്തിന്റെ സന്ദേശവാഹകൻ* (ജീവചരിത്രം), *താഴും താക്കോലും* (കവിതകൾ)
മാനസഞ്ജാരൻ എന്ന കവിതാസമാഹാരത്തിന് 2010 ലെ സർഗ്ഗ സാഹിത്യ പുരസ്കാരവും 2013 ലെ കെ വി പ്രഭാകരൻ സ്മാരക ചെറുകഥാ പുരസ്കാരവും ലഭിച്ചു.

ഭാര്യ : വി കെ പ്രേമകുമാരി
മക്കൾ : രാജേഷ്, സുധീഷ്
വിലാസം : കീർത്തനം
തിക്കോടി പി ഒ, കോഴിക്കോട്.
ഫോൺ : 8547218482

പ്രസാധകക്കുറിപ്പ്

വ്യത്യസ്തതയുള്ള ഒരു കഥ. കഥ പറയുന്ന രീതിയിൽ പുതുമയുണ്ട്. പതിവുബാലകഥകളിൽനിന്നും വേറിട്ട് കിളികളുടെ സമൂഹത്തെയും അവ തമ്മിലുള്ള ചേരിതിരിവുകളുടെയും ദേശാടനപ്പക്ഷികളുടെ അധിനിവേശത്തിന്റെയും കഥ. ഒരു ചെറിയ കുട്ടിയും ഒരു മുതിർന്ന പക്ഷിയും തമ്മിലുള്ള സംഭാഷണത്തിന്റെ രൂപത്തിൽ അവതരിപ്പിക്കുന്ന ഈ നോവൽ ഒരു പുതിയ വായനാനുഭവം നല്കും.

കുട്ടികൾക്കായി പുതുമയുള്ള കഥ അവതരിപ്പിക്കുന്നതിൽ ഞങ്ങൾക്ക് അനല്പമായ സന്തോഷമുണ്ട്.

ചിന്ത പബ്ലിഷേഴ്സ്

സ്നേഹാഭിമാനങ്ങളുടെ വീരാളിപ്പട്ട്

പി കെ ഗോപി

എഴുത്തിന്റെ പ്രതിഭയ്ക്കു മുമ്പിൽ പ്രകൃതി കലവറ തുറന്നു കാണിക്കുന്നു. അണു മുതൽ ആന വരെ വിഹരിക്കുന്ന വിശാലമായ ഭൂപടത്തിന്റെ വിസ്മയം തൂലികയിൽ പ്രവേശിക്കുന്നു. ഓരോ പച്ചിലയും പക്ഷിയും ചുണ്ടനക്കി കഥ പറയുന്നു. ആരും പറയാതെ കാലത്തിന്റെ ചുവരിലെഴുതിയ രേഖകൾ ജീവസാമ്രാജ്യത്തിന്റെ ചരിത്ര സമ്പത്താകുന്നു. അതിൽ നിന്ന് ഒരു നുള്ളുമാത്രം സ്വീകരിച്ച് ജീവിതത്തിന്റെ പരിസരത്തെ ആകർഷകമായി അവതരിപ്പിക്കുന്നു. ശ്രീ. പുഷ്പൻ തിക്കോടി. അഭിനന്ദനം എന്ന് ഒറ്റവാക്കിൽ വായനാനുഭവം പങ്കിട്ട് പിന്മാറാം. പുസ്തകത്തെ ജീവനുതുല്യം സ്നേഹിക്കുന്ന മനസ്സ്... പക്ഷേ, സമ്മതിക്കുന്നില്ല. അല്പം ചില കാര്യങ്ങൾ സൂചിപ്പിച്ചേ കഴിയൂ. അതാണ് സഹൃദയ ധർമ്മം.

ഏതു തിരക്കിലും വിശാലമായ ചിരിയുടെ ഹൃദയവസന്തം സമ്മാനിക്കുന്ന സുഹൃത്താണ് പുഷ്പൻ. അന്തർമുഖത്വത്തിൽ അടവച്ചിരിക്കുന്ന ബുദ്ധിജീവിപ്രകടനം വശമില്ലാത്ത സാധാരണക്കാരൻ. ഏതു വിഷയവും നന്മതിന്മകളുടെ തുലാസിലിട്ട് തൂക്കി നോക്കി ചിക്കിപ്പെറുക്കി കരുതിവയ്ക്കും. സൗഹൃദങ്ങളുടെ തുഴവഞ്ചിയിൽ എത്ര സമയം ചെലവഴിക്കാനും മടിയി

ല്ലാത്ത ഒരാൾ. പുഷ്പൻ തിക്കോടി മുത്തുമണികൾ പോലെ പച്ചമലയാളം ഉച്ചരിക്കുന്നതു കേൾക്കാൻ സുഖമുണ്ട്. എഴുതുമ്പോഴും വാക്കുകളുടെ ചേർച്ചയിൽ ജീവൻ തുടിക്കുന്നതായി തോന്നും. കാഴ്ചയുടെ വിദൂരതയെ സൂക്ഷ്മതയുടെ ചെപ്പിലടച്ച് ഉള്ളംകൈയിൽ വച്ചുതരും. ആകാശത്തെ ഇലക്കുമ്പിളിൽ കോരി ചുണ്ടോടടുപ്പിക്കും. വരമ്പിലും പറമ്പിലും നടന്ന് പുല്ലിനോടും പുഴുവിനോടും സംസാരിക്കും നമ്മളോടെന്നതുപോലെ.

കിളികുലക്കോട്ടയിലെ സായിപ്പുപക്ഷികൾ എഴുതാനുള്ള പശ്ചാത്തലയോഗ്യത സ്വന്തം ഗ്രാമത്തിൽനിന്ന് നേടിയതാണ്. അരയാലിനും പനങ്കാടിനും കൈതപ്പൊന്തയ്ക്കും കൊന്നത്തെങ്ങിനും അവകാശികളുണ്ട്. നാരും വേരും ചേർത്തു കൂടു മെനയുന്ന കുരുവി മുതൽ കമ്പിയും സിമന്റും കൂട്ടി ഫ്ളാറ്റ് പണിയുന്ന മനുഷ്യർ വരെ കണ്ണിചേരുന്ന പരമ്പരയുടെ ജൈവസംസ്കാരം പഠിച്ചു തീരുമ്പോൾ ഉറപ്പായും പറയുന്നു; സ്വാതന്ത്ര്യത്തിന്റെയും സമരത്തിന്റെയും രാഷ്ട്രീയഭാഷ ഉള്ളടക്കം ചെയ്ത സിന്ദൂര കാവ്യമാണ് വായിക്കേണ്ടത്. ചട്ടക്കാലത്തിപ്പുള്ളും സിന്ദൂരമെന്ന കുട്ടിയും നമ്മുടെ സ്വന്തം അയൽക്കാരാണ്. അവരുടെ സംഭാഷണം ആത്മഭാഷണംപോലെ ചിരപരിചിതം!

അധിനിവേശത്തിന്റെ കടൽക്കാക്കകൾ അഴിച്ചു വിട്ട ആദ്യത്തെ ആക്രമണത്തിൽ വലതുകാൽ തകർന്നുപോയ ചട്ടക്കാലത്തിപ്പുള്ളേ, നീ ജീവിക്കുന്ന സമരസ്മാരകമാണ്. നിന്റെ കഥയറിയാത്ത രാഷ്ട്രീയത്തിന് ജീവനില്ല. നിന്റെ രക്തത്തിൽ കാക്കത്തെമ്മാടികളെ ആട്ടിയോടിക്കാനുള്ള ആത്മശക്തിയുണ്ട്. നിന്റെ വേദനയും യാതനയും അറിയാത്തവരുടെ കുതിച്ചുചാട്ടം വിജയമല്ല, പരാജയത്തിന്റെ പകർന്നാട്ടമാണ്. കിളികുലക്കോട്ടയിലെ സങ്കല്പകഥയുടെ ചുരുളിൽ ഇതിഹാസ നായികയുടെ മുത്തശ്ശിപ്പട്ടം ഇതാ, ഞങ്ങൾ വായനക്കാർ മുദ്ര പതിപ്പിച്ചു നല്കിയിരിക്കുന്നു. സ്വീകരിച്ചാലും.

പുഷ്പന്റെ കഥ സാങ്കല്പികമാണ്. പക്ഷേ, കോട്ടത്തുരുത്തിയുടെ ഒത്തനടുവിലെ പാലമരത്തിൽ കുടിപാർക്കുന്ന യക്ഷികളും പ്രേതങ്ങളും ഏതു കാലത്തിന്റെയും കള്ളപ്രചാ

രണമാണ്. വെളിച്ചത്തിന്റെ പുതിയ സൂര്യനുദിക്കുമ്പോൾ മറഞ്ഞു പോകുന്ന ഇരുട്ടിന്റെ സന്തതികൾക്ക് സമൂഹത്തിലെ പകൽ മാന്യന്മാരുടെ മുഖച്ഛായയയുണ്ട്. അധികാരഭാവത്തോടെ ഞാവൽ മരത്തിന്റെ കൊമ്പിൽ പറന്നിരുന്ന സായിപ്പുപക്ഷികളെ കണ്ടില്ലെന്നു നടിച്ചവർ വരുത്തിവച്ച വിനയുടെയും വിവേകശൂന്യതയുടെയും ആകെ കഥയാണ് ഈ നാടിന്റെ ചരിത്രം.

വെളിപാടു പോലെ കഥ മെനയാൻ ചിലർക്ക് സാമർത്ഥ്യമുണ്ട്. സ്വയം കഥയായി മാറി, കഥയിലൊരുവനായി, അതിന്റെ വ്യഥകളിൽ ജീവിച്ച് അനശ്വരനാകാൻ അധികമാർക്കും കഴിയാറില്ല. കടൽക്കാക്കകളെ ആട്ടിപ്പായിച്ച് ഒത്തൊരുമയ്ക്ക് സായിപ്പുപക്ഷികളെ നേരിടാനാവാത്തതെന്തെന്ന് ആലോചിക്കാനുള്ള പ്രേരണ കഥയിലുടനീളം പ്രതിദ്ധ്വനിക്കുന്നു. പ്രബലനായ കാളപ്പരുന്തുപോലും മൗനംപൂണ്ടിരിക്കുന്നതിന്റെ രഹസ്യം പിടികിട്ടുന്നില്ലല്ലോ!

ഓരോ തൂവലിനും അതിന്റേതായ ശക്തിയുണ്ട്. ആ മഹാശക്തിയുടെ സംഗമം സാധിച്ചുവെങ്കിൽ കിളികുലം ലക്ഷ്യം നേടിയേനെ. യജമാനന്റെ തോക്കിൻകുഴൽ ഇനി ലക്ഷ്യമിടുന്നത് ഏതു ദിക്കിനെയെന്നറിയില്ല. പ്രലോഭനങ്ങളുടെ വലയിൽ കിളികുലമേ, വീഴാതിരുന്നെങ്കിൽ... കൂട്ടായ പ്രതിരോധത്തിന്റെ പടനിരകളിൽ സായിപ്പിന്റെ അധിനിവേശക്കോയ്മയെ ആട്ടിപ്പായിച്ച ധീരജന്മങ്ങളുടെ രക്തസാക്ഷിത്വത്തിന് ഒരു കോടി അഭിവാദ്യം. കുയിലേ, പാടുക ഒരു വീരഗാഥ. നീലപ്പുഴയുടെ തെളിഞ്ഞ വെള്ളം കലക്കിമറിച്ച്, ചതിയന്മാരുടെ ബോട്ടുകൾ പലായനം ചെയ്യുന്നത് കണ്ടില്ലേ?

പുനർജ്ജന്മം ലഭിച്ചതുപോലെ ഉണരുന്ന കിളികുലക്കോട്ടയുടെ മുകളിൽ സ്വാതന്ത്ര്യത്തിന്റെ തൂവൽക്കൊടി വീശിപ്പറക്കുമ്പോൾ... ഹാ, അഭിമാനപുളകങ്ങളോടെ നോവൽ വായന അവസാനിക്കുന്നു. ജഡായുവിന്റെ അമ്പലത്തിൽ ഇന്ന് നാട്ടുത്സവമാണത്രെ. പോകുംമുമ്പ് അല്പം വർത്തമാനം കൂടി. നാം വായിച്ചത് ബാലസാഹിത്യമല്ല, കഥയല്ല. സാക്ഷാൽ നാട്ടനുഭ

വത്തിന്റെ ചരിത്രപ്പഴമ. അവ അറിയാതെ ആകാശത്തു പറക്കാമെന്ന് കമ്പോളക്കിളികളുടെ പരിഷ്കാരപ്പുത്രരേ, കരുതരുതേ. നിങ്ങൾക്കു വേണ്ടി ജീവൻ ബലിയർപ്പിച്ച കിളികളുടെ ബലികുടീരം തൊട്ടടുത്തുതന്നെയുണ്ട്.

രാഷ്ട്രീയബോധത്തിന്റെ പൂർണ്ണാധികാരം മനസ്സിനെ ഭരിക്കാത്ത ഒരെഴുത്തുകാരനും ഇങ്ങനെയൊരു പുസ്തകമെഴുതാൻ തുനിയുമെന്നു തോന്നുന്നില്ല. നമ്മുടെ ഞാവൽ മരത്തിന്റെ അന്യാധീനപ്പെട്ട കൊമ്പുകൾ തിരിച്ചുപിടിക്കാതെ സ്വാതന്ത്ര്യത്തിന്റെ ആത്മസ്വരം കേൾപ്പിക്കുന്നതെങ്ങനെ? ശ്രീ. പുഷ്പൻ തിക്കോടി കിളിക്കൂട്ടത്തിന്റെ നാട്ടുകഥയിലൂടെ വലിയ സമരചരിത്രത്തെ രേഖപ്പെടുത്തി. കിളിയെ സ്നേഹത്തോടെ വിളിച്ചിരുത്തി കാവ്യകഥ പാടിച്ച മലയാള നാട്ടിൽ പുഷ്പന്റെ പ്രതിഭയ്ക്ക് സ്ഥാനമുണ്ട്. കിളി മനുഷ്യനാകുന്നു. മനുഷ്യൻ കിളിയും!

സ്നേഹാഭിമാനങ്ങളുടെ വീരാളിപ്പട്ട് നല്കി ഞാൻ - വെറുമൊരു വായനക്കാരൻ പുഷ്പൻ തിക്കൊടിയെ ആവേശപൂർവ്വം വരവേല്ക്കുന്നു. നമ്മുടെ വിദ്യാർത്ഥികൾക്ക് ഉചിതമായ ചരിത്രസന്ദേശം നല്കാൻ ഈ പുസ്തകം ഉപകരിക്കും. ലളിതം... സുന്ദരം... ഉചിതം... ഉത്തമം... മതി. ചെറിയ പദങ്ങൾ ഭാരമില്ലാതെ ചേർത്തുവച്ച് *കിളികുലക്കോട്ടയിലെ സായിപ്പുപക്ഷികളെ* ഞാനിതാ കാണിച്ചു തരുന്നു. വായന തുടങ്ങുക. ഉത്സാഹത്തോടെ ഒറ്റയിരുപ്പിൽ വായിച്ചു തീർക്കുമെന്നെനിക്കുറപ്പുണ്ട്. ആശംസകൾ.

ഒന്ന്

കിളികുലക്കോട്ടയെക്കുറിച്ചുള്ള കഥകളെല്ലാം സിന്ദൂരത്തിന് പറഞ്ഞുകൊടുത്തത് ചട്ടക്കാലത്തിപ്പുള്ള് എന്ന് കുട്ടികൾ വിളിക്കുന്ന പുള്ളുമുത്തശ്ശിയാണ്. കുട്ടികൾക്കിടയിൽ ചട്ടക്കാലത്തിപ്പുള്ള് പേരുകേട്ടവളാണ്. എല്ലാവർക്കും ചട്ടക്കാലത്തിയെ അറിയാം. സ്കൂളിനു പിറകിലെ വാകമരത്തിന്റെ തണൽ മുറ്റിയ കൊമ്പുകളിലേതെങ്കിലുമൊന്നിൽ മിക്കവാറും സമയങ്ങളിൽ അവളുണ്ടാവും. അവൾക്ക് വിശപ്പടക്കാനുള്ള പാറ്റയും പുഴുവുമെല്ലാം അവിടെ എത്തിച്ചേരുമെന്ന ഉറച്ച വിശ്വാസത്തിലാണവളുടെയാ ഇരിപ്പ്. സന്ധ്യമയങ്ങുന്നതുവരെ അവളങ്ങനെ കുറേ നേരം മരക്കൊമ്പിലിരുന്നും ഇത്തിരി വട്ടത്തിൽ പറന്നുമൊക്കെയങ്ങ് കഴിയും. എന്തുകൊണ്ടോ അവൾ മറ്റുകിളികളെപ്പോലെയല്ല. കുട്ടികളെ വലിയ ഇഷ്ടമാണവൾക്ക്. അതുകൊണ്ടുമാത്രമല്ല എപ്പോഴും അവൾ സ്കൂൾ വളപ്പിലങ്ങനെ കഴിയുന്നത്. പുള്ളുകൂട്ടത്തിൽ ജനിച്ചുപോയതുകൊണ്ട് അവൾക്ക് ജീവിതത്തിൽ വേറെയും ചില പ്രയാസങ്ങളുണ്ട്. മറ്റു കിളികളെപ്പോലെ ചുറ്റിക്കറങ്ങൽ ആൾപ്പാർപ്പുള്ള പറമ്പുകളിലാവുമ്പോൾ പകൽ മുഴുവൻ ഒരു നൂറുവട്ടം മുത്തശ്ശിമാരുടെ പ്രാക്കുകേൾക്കേണ്ടിവരും. പുള്ളു കരഞ്ഞാൽ ലക്ഷണക്കേടെന്ന ഒരു വിശ്വാസമുണ്ടല്ലോ ഈ മുത്തശ്ശിമാർക്ക്.

കൈക്കുഞ്ഞുങ്ങളെ പുള്ള് നോക്കാതെ കാത്തോളണമെന്നും അവരെപ്പോഴും ദൈവങ്ങളോട് പ്രാർത്ഥിക്കുന്നത് കേൾക്കാം. കിളിക്കൂട്ടത്തിലാണെങ്കിലും ജന്മശാപക്കാരൻ അതനുഭവിച്ചു തന്നെ തീർക്കണമെന്ന വാശിയിലാണീ മുത്തശ്ശിത്തള്ളമാർ. തീരാശാപങ്ങളിൽനിന്ന് ശപിക്കപ്പെട്ടവനെ മോചിപ്പിക്കുന്ന ഒരു നല്ല ശീലം അല്ലെങ്കിലും മനുഷ്യർക്കില്ലല്ലോ. പുള്ളേറ് കൊണ്ടാൽ കുഞ്ഞിന് രോഗം വരുമെന്ന് പണ്ടുകാലത്ത് ആരോ അങ്ങ് പറഞ്ഞു. ആളുകളതങ്ങ് വിശ്വാസമാക്കി ഇപ്പോഴും വിടാതെ കൊണ്ടുനടക്കുന്നു. അത്രയൊക്കയേ അതിനെപ്പറ്റി കരുതേണ്ടതുള്ളൂ എന്നാരെങ്കിലും പറഞ്ഞുപോയാൽ അവനെ കൊത്തിക്കൊല്ലാൻ ആറാളുണ്ടാവും. അത്രയ്ക്കുണ്ട് ആ വിശ്വാസത്തിന്റെ ശക്തി. വിശ്വാസം ശരിയായാലും തെറ്റായാലും തന്റെ നോട്ടംകൊണ്ട് കൈക്കുഞ്ഞുങ്ങൾക്ക് രോഗം വരരുതെന്ന് മാത്രമാണ് ചട്ടക്കാലത്തിപ്പുള്ളിന്റെയും ആഗ്രഹം. അതുകൊണ്ട് പകൽ സമയങ്ങളിൽ വീട്ടുപറമ്പുകളൊന്നിലും അവൾ അലഞ്ഞു നടക്കില്ല. അവളെപ്പോഴും സ്കൂൾ പറമ്പിലാണ്.

ഒരു ദിവസം വൈകുന്നേരം വളരെ യാദൃച്ഛികമായാണ് സിന്ദൂരം ചട്ടക്കാലത്തിപ്പുള്ളിനെ പരിചയപ്പെട്ടത്. പൊക്കം കുറഞ്ഞ ഒരു കാറ്റാടി മരത്തിന്റെ ചെറിയ കാറ്റിൽ ഇളകിയാടിക്കൊണ്ടിരുന്ന ഒരു കൊമ്പിൽ ഒരു ഊഞ്ഞാലിലെന്നപോലെയിരുന്ന് ഉറക്കം തൂങ്ങുകയായിരുന്നു ചട്ടക്കാലത്തി. സമയം ഏതാണ്ട് സ്കൂൾ വിടാനുള്ളതൊക്കെയായിരുന്നു. കണ്ണടച്ച് ഇളംകാറ്റുകൊണ്ട് സുഖമായി ഉറങ്ങുകയായിരുന്ന ചട്ടക്കാലത്തിയെ എറിയാൻ നല്ല കനമുള്ള ഒരു ഉരുളൻ കല്ലുമായി ഉന്നം വെക്കുന്ന കൂട്ടുകാരനായ ലാലുവിനെ ആദ്യം ഒരു കൗതുകത്തോടെ നോക്കി നില്ക്കുകയായിരുന്നു സിന്ദൂരം. ഒരു നിമിഷം അവളുടെ മനസ്സ് അവളറിയാതെ പിടഞ്ഞു. ഒന്നുമറിയാതെ പരിസരം മറന്നുറങ്ങുന്ന പാവം ഒരു കിളിയെ കല്ലെറിഞ്ഞിട്ടെന്തു കിട്ടാനാണവന് എന്ന ഒറ്റ ചിന്തയിൽ സിന്ദൂരം ലാലുവിന്റെ കൈ കടന്നു പിടിച്ചതും ചട്ടക്കാലത്തി ഉറക്കം ഞെട്ടിയതും പെട്ടെന്നുതന്നെ കൊമ്പുമാറിയിരുന്നതും ഒന്നിച്ചായിരുന്നു. സിന്ദൂരത്തിന്റെ അപ്രതീക്ഷിതമായ ആ കടന്നുപിടുത്തം

ലാലുവിനിഷ്ടമായില്ലെങ്കിലും അവൻ എന്തുകൊണ്ടോ സിന്ദൂരത്തിനോട് കയർത്തില്ല. ക്ലാസിലെ ഒരു കുട്ടിപ്പോക്കിരിയാണവൻ. ദേഷ്യം വന്നാൽ പിന്നെ അവന് കണ്ണുകാണില്ല. അപ്പോൾ മനസ്സിൽ തോന്നുന്നത് ചെയ്തുകളയും. അവന്റെ സ്വഭാവം വീട്ടിലുമങ്ങനെയാണെന്നൊക്കെ അവന്റെ അമ്മ പറയാറുണ്ട്. ഒരു ദുശ്ശാഠ്യക്കാരൻ, മുൻകോപക്കാരൻ എന്നൊക്കെയുള്ള ഓമനപ്പേരുകളിൽ സ്കൂളിലും വീട്ടിലുമെല്ലാം അവനങ്ങനെ വിലസുകയാണ്. പക്ഷേ, സിന്ദൂരത്തിനെ അവന് വലിയ ഇഷ്ടമാണ്. ഇത്തിരികൂടിയൊന്നു വലുതായിക്കിട്ടിയാൽ നിന്നെ ഞാൻ കല്യാണം കഴിക്കുമെന്നൊക്കെ അവൻ സിന്ദൂരത്തിനോട് ഗൗരവമായിത്തന്നെ പറയാറുണ്ട്.

"നിന്റെയീ തോന്ന്യാസം ഞാൻ ടീച്ചറോടും അച്ഛനോടുമൊക്കെ പറയും." അത്തരം സന്ദർഭങ്ങളിൽ സിന്ദൂരം അറ്റകൈ പ്രയോഗിക്കുമ്പോൾ ലാലുവിന്റെ മറുപടി ഇങ്ങനെയാവും.

"വേണം. നീ തന്നെ പറയണം. വേണ്ടപ്പെട്ടവരോടൊക്കെ പറയണം. നാലാളറിയാതെ പിന്നെ നമുക്കെന്തു കല്യാണം?"

സിന്ദൂരത്തിന്റെ നാവടങ്ങാനതുമതിയെന്ന് അവനറിയാം. ഇരുമ്പുകഷ്ണമെന്നാണവനെ കൂട്ടുകാർ വിളിക്കുന്നത്. ടീച്ചർ എത്ര തല്ലിയാലും കണ്ണിൽനിന്നും ഒരു തുള്ളി കണ്ണുനീർ പുറത്തുവരില്ല. ഉണക്കമരംപോലെയങ്ങനെ നില്ക്കുകയേയുള്ളൂ. സ്കൂൾ പറമ്പിൽ അവനെ കണ്ടാൽ അന്നം കൊത്തിത്തിന്നാൻ കഞ്ഞിപ്പുരയിലെത്തുന്ന കാക്കകൾ കൂട്ടത്തോടെ പറന്നകലും. കാക്കകൾക്ക് അത്ര പേടിയാണവനെ. സ്കൂളില്ലാത്ത ദിവസങ്ങളിൽ കയ്യിലൊരു കവണിയുമായാണ് വീട്ടുപരിസരത്തുള്ള കുറ്റിക്കാടുകളിൽ ലാലുവിന്റെ നടത്തം. ഒരു ദിവസം ഒരു കിളിയെന്ന ഒരു കണക്കുപോലുമുണ്ടവന്. സിന്ദൂരം കൈ തടഞ്ഞില്ലായിരുന്നുവെങ്കിൽ ചട്ടക്കാലത്തിപ്പുള്ളിന്റെ കാര്യം കഷ്ടമായേനെ. ആകെകൂടിയുള്ള ആ ഒറ്റക്കാലും ലാലുവിന്റെ കല്ലേറിൽ ചട്ടക്കാലായിപ്പോവുമായിരുന്നു.

ചട്ടക്കാലത്തി സിന്ദൂരത്തെ സന്തോഷത്തോടെ കുറേനേരം നോക്കിനിന്നു. പിന്നെ വെളുത്ത ഇടം കണ്ണിറുക്കിക്കാണിച്ച് അവളോട് നന്ദിപറഞ്ഞു. അന്നു മുതലാണ് ചട്ടക്കാലത്തിപ്പുള്ള്

സിന്ദൂരത്തിന്റെ ചങ്ങാതിയായത്. സിന്ദൂരത്തിനെ സ്കൂളിലെവിടെ കണ്ടാലും ചട്ടക്കാലത്തിപ്പുള്ള് അവളുടെ അടുത്തേക്ക് പറന്നു ചെല്ലും. വയ്യാത്ത വലതുകാൽ നീട്ടിവെച്ച് ഉയരം കുറഞ്ഞ മരങ്ങളിലേതിലെങ്കിലുമൊന്നിൽ ഇരിക്കും. രണ്ടു പേരും ഒരുപോലെ വായാടികളാണ്. സിന്ദൂരം നാവുവെക്കാതെ സംസാരിക്കുന്നതുകൊണ്ട് കൂട്ടുകാർക്കിടയിൽ ചെലമാട്ട എന്നൊരു കളിപ്പേരുണ്ടവൾക്ക്. ചട്ടക്കാലത്തിപ്പുള്ളും വായാടിയായ ഒരു പുള്ളുതന്നെ. കണ്ടതും കേട്ടതും പൊടിപ്പും തൊങ്ങലും വെച്ച് വാതോരാതെ പറയാനവൾക്ക് വല്ലാത്ത മിടുക്കുതന്നെയാണ്. അങ്ങകലെയുള്ള കിളികുലക്കോട്ടയിലെ കഥകളെല്ലാം അവൾക്ക് മന:പാഠമാണ്. കിളികുലത്തിൽ എവിടെ എന്തു നടന്നാലും ചട്ടക്കാലത്തി അറിയാതെ വരില്ല. സിന്ദൂരത്തിനാണെങ്കിൽ ചട്ടക്കാലത്തിപ്പുള്ളിന്റെ കഥകേൾക്കാനിരുന്നാൽപ്പിന്നെ ഊണും വേണ്ട ഉറക്കവും വേണ്ട. തന്റെ ഒരു കാല് ചട്ടക്കാലായിപ്പോയതിന്റെ കഥയാണ് ചട്ടക്കാലത്തിപ്പുള്ള് സിന്ദൂരത്തിനു പറഞ്ഞുകൊടുത്ത ആദ്യത്തെ കഥ. ഓർമ്മയുടെ കലവറയായ ഒരു മുത്തശ്ശിയുടെ നാട്യത്തോടെ അവൾ വയ്യാത്ത വലതുകാൽ നീട്ടിവെച്ച് വാകമരത്തിന്റെ കൊമ്പിലിരുന്നുകൊണ്ട് സിന്ദൂരത്തിന് ആ കഥ പറഞ്ഞുകൊടുത്തു.

അവൾ ആവേശത്തോടെ കഥ പറഞ്ഞുതുടങ്ങി.

"അമ്പലക്കാവിലെ അരയാൽക്കൊമ്പിലാണ് അന്നെന്റെ കൂട്. പുള്ളുകളും വാലാട്ടിക്കിളികളും മൈനകളുമൊക്കെയായി ഞങ്ങൾ പത്തമ്പത് കൂട്ടുകാരുണ്ടന്നവിടെ. അരയാലിലധികവും സാധാരണയായി ചെറുകിളികളാണ് കൂടുകൂട്ടുക. അമ്പലക്കാവിലെ അരയാൽ മരം പേരുകേട്ട അരയാൽ മരമാണ്. കുംഭച്ചൂടിലും കുളിരുപെയ്യുന്ന കൊമ്പുകളിൽ കൂടുകൂട്ടാൻ ചെറുകിളികൾ പരസ്പരം മത്സരിക്കും. അത്രയ്ക്ക് സുഖമാണവിടെ. വിശക്കുമ്പോൾ പുലർകാലത്തെ തണുപ്പിൽ ഇഴഞ്ഞു നടക്കുന്ന എണ്ണക്കാരിപ്പുഴുക്കളെ കൊത്തിത്തിന്നാം. ചുവന്ന ശരീരത്തിൽ രണ്ടറ്റത്തും കറുത്ത വളയങ്ങളുള്ള എണ്ണക്കാരിപ്പുഴുക്കൾ ഭൂമിദേവിക്ക് എണ്ണ കൊണ്ടുപോകുന്നവരാണെന്നാണ് കുട്ടികൾ പറയാറുള്ളത്. അതുകൊണ്ടാണത്രേ

അവർ എപ്പോഴും വല്ലാത്ത ധൃതിയിൽ ഇഴഞ്ഞുപോകുന്നത്. പുലർകാലത്ത് ഇലകളിൽ പൊടിയുന്ന മഞ്ഞുതുള്ളികൾ ഊറ്റിക്കുടിക്കാം. ക്ഷേത്രഗോപുരത്തിന്റെ നേരെ പടിഞ്ഞാറ് ഭാഗത്തുള്ള അമ്പലക്കാവിന്റെ ഒത്ത നടുവിലാണ് കൂറ്റൻ അരയാൽ. ഏതു കൊടുംവേനലിലും ഇലകളല്ലാതെ ഇലഞെട്ടുകൾപോലും കാണാനാവാത്ത ഇരുട്ടാണവിടെ. കോരിച്ചൊരിയുന്ന മഴയത്ത് കൂട്ടിലിരുന്നാൽ എല്ലാം മറന്ന് മഴയുടെ ഈണംമാത്രം കേട്ടുകൊണ്ട് കിഴക്ക് വെള്ള കീറുന്നതുവരെ ഒന്നുമറിയാതെ സുഖമായി ഉറങ്ങാം. മഴക്കാലത്ത് കൂട്ടിലിരിക്കുന്ന കുഞ്ഞിക്കുരുവികൾ പോലും ഒന്നും പേടിക്കാതെ കിളിവാതിലിലൂടെ കൊക്ക് പുറത്തേക്കിട്ട് മഴയുടെ ഈണവും താളവും ആസ്വദിക്കുന്നതുകാണാം. എത്രയോ കാലമായി അമ്പലക്കാവിൽ ചെറു കുരുവികളാണധികവും. കിളികുലത്തിൽ ഓരോ പക്ഷിക്കും കൂടുവെക്കാൻ ഓരോതരം മരം പാരമ്പര്യമായിതന്നെ കാരണവന്മാർ പറഞ്ഞുവെച്ചിട്ടുണ്ട്. കാക്കയ്ക്ക് തെങ്ങ്, കടവാതിലിന് പേരാൽ, കൊക്കിന് കൈത, പരുന്തിന് കരിമ്പന, പ്രാവിന് മാളിക മച്ച് അങ്ങനെയൊക്കെയാണത്. അരയാൽ ചില്ലകൾ ചെറു കുരുവികൾക്കുള്ളതാണ്. ഇതൊക്കെ കിളികുലത്തിൽ തർക്കങ്ങളൊന്നുമില്ലാതെ കാലാകാലമായി നടന്നുപോരുന്ന കാര്യങ്ങളാണ്. ഇക്കാര്യത്തിലൊരു തർക്കമുണ്ടായതായി ഒരു കിളിപോലും ഇന്നേവരെ പാടിക്കേട്ടിട്ടില്ല. പക്ഷേ, രണ്ടു കൊല്ലം മുമ്പ് അമ്പലക്കാവിൽ ഒരു സന്ധ്യാനേരത്ത് അന്നേവരെ സംഭവിക്കാത്ത അരുതായ്മകൾ ചിലതെല്ലാം നടന്നു." ചട്ടക്കാലത്തിപ്പുള്ള് അങ്ങനെ പറഞ്ഞത് വളരെ ശബ്ദം താഴ്ത്തിയായിരുന്നു. അപ്പോഴും ആരെയോ ഭയപ്പെടുന്നതുപോലെ അവൾ ചുറ്റുപാടും ശ്രദ്ധയോടെ കുറച്ചുനേരം നോക്കിക്കൊണ്ടിരുന്നു.

"കാക്കകൾ സാധാരണയായി കൂടുകെട്ടുന്നത് കടപ്പുറത്തെ ഉയരമുള്ള തെങ്ങിൻ മണ്ടകളിലാണ്. കാക്കക്കൂടിന് നല്ല അടിയുറപ്പുവേണം. ചുള്ളിക്കമ്പുകൾ ചേർത്തുവെച്ചുണ്ടാക്കുന്ന കാക്കക്കൂടിന് നല്ല ബലമുണ്ടാവണം. അമ്പലക്കാവിൽ വണ്ണാത്തിപ്പുള്ളുകളും വാലാട്ടിക്കുരുവികളും ഓലവാലന്മാരുമെല്ലാം

കൊമ്പുകളിൽ ചേക്കേറിക്കൊണ്ടിരുന്ന സമയം. സന്ധ്യാ നേരത്ത് കുയിലുകളെല്ലാം ക്ഷേത്ര ഗോപുരത്തിൽനിന്നുമുയരുന്ന പാട്ടുകൾ കേട്ടങ്ങനെയിരിക്കും. കിളികുലത്തിൽ അവർ വലിയസംഗീതക്കാരാണല്ലോ. പകൽ മുഴുവൻ മുണ്ടകൻ പാടത്തും കൈതോലത്തുമ്പുകളിലുമെല്ലാം അലഞ്ഞും ആടിയും പാടിയും തളർന്നവർ ആരവത്തോടെ അരയാൽ കൊമ്പുകളിൽ ചേക്കേറുന്ന സമയം അമ്പലക്കാവിന് വല്ലാത്ത ഒരുണർച്ചയാണ്. കുസൃതിക്കുട്ടന്മാരായ കുരുവിക്കുഞ്ഞുങ്ങളുടെ കലപിലകൂട്ടൽ അസഹ്യമാവുമ്പോൾ തള്ളക്കുരുവികൾ വലിയ ശബ്ദത്തിൽ അവരെ ശാസിച്ചെന്നുമിരിക്കും. എന്നാലും കുഞ്ഞിക്കുരുവികളുടെ കലമ്പൽ കേൾക്കാൻ മനസ്സിനൊരു സുഖംതന്നെയാണ്. പടിഞ്ഞാറ് ആകാശം ചുവന്നു തുടുത്തു നില്ക്കുകയായിരുന്നു. സന്ധ്യക്കുളിര് വീണിട്ട് അധികനേരമായിട്ടില്ല. അരയാൽ കൊമ്പുകളിൽ കുളിര് വാരിയെറിഞ്ഞുകൊണ്ട് ഒരു കുസൃതിക്കാറ്റും വട്ടമിട്ട് വീശിക്കൊണ്ടിരുന്നു. ഒട്ടും പ്രതീക്ഷിക്കാത്ത ഒരു കാക്ക കലമ്പൽ കേട്ടാണ് എല്ലാവരും നിശബ്ദരായത്. കിളിക്കൂട്ടങ്ങളെ വിസ്മയിപ്പിച്ചുകൊണ്ട് ഒരു വലിയ കടൽകാക്കക്കൂട്ടം അരയാലിനെ വളയുന്നതാണ് പിന്നെ കണ്ടത്. ഞങ്ങൾക്കാർക്കും കുറച്ചുനേരത്തേക്ക് ഒന്നും മനസ്സിലായില്ല. കടൽക്കാക്കകൾ സന്ധ്യാനേരത്ത് കരയിലേക്ക് ഇങ്ങനെ സംഘമായി പറന്നെത്തുന്നത് കിളികുലത്തിലെ മുത്തശ്ശിമാർക്കുപോലും കേട്ടുകേൾവിപോലുമില്ലാത്ത കാര്യമായിരുന്നു. പിന്നെയൊരു ബഹളംതന്നെ. അരയാലിന്റെ ഓരോരോ കൊമ്പുകളിലായി കടൽകാക്കകൾ ഹുങ്കാരത്തോടെ പറന്നിറങ്ങുന്നതാണ് പിന്നെ കണ്ടത്. ആദ്യം പറന്നെത്തിയ ചിലരെല്ലാം ഞങ്ങളുടെ കൂടുകൾ ആവേശത്തോടെ കൊത്തി നശിപ്പിച്ചുകൊണ്ടിരുന്നു. പറക്കമുറ്റാത്ത കിളിക്കുഞ്ഞുങ്ങൾ പേടിച്ച് വിറച്ച് കൂട്ടത്തോടെ കരഞ്ഞുകൊണ്ടിരുന്നു. പക്ഷേ, പെട്ടെന്നുതന്നെ ഞങ്ങൾ ചെറുത്തുനില്പിന്റെ വഴികൾ കണ്ടെത്തിക്കഴിഞ്ഞിരുന്നു. ഞങ്ങളുടെ കൂട്ടത്തിലെ മരങ്കൊത്തികളാണതിന് നേതൃത്വം നല്കിയത്. ഓരോ മരങ്കൊത്തിയും ഒരോ കാക്കയെ എന്ന കണക്കിൽ ആക്രമണം തുടങ്ങി. മര

ങ്കൊത്തികളുടെ കൊത്തുകൊണ്ട കാക്കകൾക്കൊന്നും പിടിച്ചുനില്ക്കാനായില്ല. മരണവെപ്രാളത്തോടെ കാക്കകൾ കടപ്പുറത്തേക്കുതന്നെ തിരിച്ചു പറന്നുപോകുന്നതാണ് പിന്നെ കണ്ടത്. അതിനോടകം ഒരു വലിയ കടൽക്കാക്കയുടെ കൊത്തുകൊണ്ട എന്റെ വലതുകാൽ ഇപ്പരുവത്തിലുമായി. ആക്രമണത്തലവനായ ഒരു കടൽക്കാക്കയുടെ കണ്ണ് കൊത്തിയെടുത്ത ഒരു അടക്കാക്കിളിയെ മറ്റുള്ളവർ ചിറകിനടിയിൽ വെച്ച് ലാളിക്കുന്നത് എന്റെ കൺമുമ്പിൽ ഇപ്പോഴും തെളിഞ്ഞു വരികയാണ്.

വീരശൂരപരാക്രമികളെന്ന് നടിക്കുന്ന ചിലരൊക്കെ മിഴിച്ചുനില്ക്കേ ഞങ്ങളുടെ കൂട്ടത്തിലെ നാലേനാല് മരങ്കൊത്തികളാണ് സത്യത്തിൽ കാക്കകളെ ഓടിക്കാൻ വലിയ ധീരത കാണിച്ചത്. മരങ്കൊത്തികൾ ഒന്നിനും കൊള്ളാത്തവരാണെന്ന ഒരു ധാരണ പൊതുവെ കിളികുലത്തിലാകെയുണ്ട്. മുഖത്തിന് ചേരാത്ത അവരുടെ നീണ്ട കൊക്ക് പലപ്പോഴും മറ്റു കിളികൾക്കിടയിൽ പരിഹസിക്കപ്പെടാറുള്ളതാണ്. പക്ഷേ, ആ സന്ധ്യാനേരത്ത് കിളികുലം മരങ്കൊത്തികൾക്ക് മുമ്പിൽ ലജ്ജകൊണ്ടും വിനയംകൊണ്ടും തലതാഴ്ത്തി നില്ക്കുകയായിരുന്നു. ബഹളങ്ങളെല്ലാം കെട്ടടങ്ങിയപ്പോഴാണ് മരങ്കൊത്തികളുടെ കൊത്തുകൊണ്ട് അവശനായ ഒരു വയസ്സൻ ബലിക്കാക്ക അരയാലിന്റെ ഒരു ചെറിയ പൊത്തിൽ ഒളിച്ചിരിക്കുന്നത് ഞങ്ങളിലാരോ കണ്ടത്. അവശനായ ഒരു യുദ്ധത്തടവുകാരന്റെ മുഖമായിരുന്നു ആ വയസ്സൻ കാക്കയ്ക്ക്. അക്രമികളിൽ ഒന്നിനെയെങ്കിലും തടവുകാരനായി പിടിക്കാൻ കഴിഞ്ഞതിലുള്ള സന്തോഷത്തിൽ കിളികൾ ആ വയസ്സൻ കാക്കയ്ക്ക് ചുറ്റും ആഹ്ലാദത്തോടെ ആരവം മുഴക്കിക്കൊണ്ടിരുന്നു. അമ്പലക്കാവിൽ ആകെക്കൂടി ബഹളം. രൂപത്തിൽ മറ്റു കാക്കകളിൽ നിന്നും വ്യത്യസ്തനായിരുന്നു ആ കിഴവൻ. ചിറകുകൾക്ക് മിന്നുന്ന എണ്ണക്കറുപ്പ്. നീണ്ട കൊക്കുകളും മിന്നി മിനുങ്ങിക്കൊണ്ടിരുന്നു. ദാഹംകൊണ്ട് പരവശനായ ആ കിഴവൻ ഇടയ്ക്കിടെ കൊക്കുപിളർത്തികൊണ്ട് എല്ലാവരെയും മാറി മാറി നോക്കിക്കൊണ്ടിരുന്നു. ഞങ്ങളുടെ കൂട്ടത്തിലെ സ്ഥിരം വായാടികളായ ചിതലപ്പുള്ളുകളെയാണ് ആ കാക്കകിഴവനെ ചോദ്യംചെയ്യാൻ

ഞങ്ങൾ ചുമതലപ്പെടുത്തിയത്. ചിതലപ്പുള്ളുകൾക്ക് വലിയ സന്തോഷമായി. ചിതലപ്പുള്ളിലൊരുവൻ കാക്കക്കിഴവന് സ്വന്തം കൊക്കിൽ വെള്ളംകൊണ്ടുവന്ന് കൊടുത്തു. ദാഹം മാറിയപ്പോൾ കാക്കക്കിഴവൻ സ്വന്തം കാലുകളിൽ അല്പം നിവർന്നിരുന്നു. പെട്ടെന്നുണ്ടായ കാക്കക്കൂട്ടത്തിന്റെ ഈ ആക്രണത്തിന്റെ കാരണങ്ങളാണ് ഞങ്ങൾക്കറിയേണ്ടിയിരുന്നത്. എന്തെങ്കിലും ചോദിക്കുന്നതിന് മുമ്പുതന്നെ കാക്കക്കിഴവൻ പറഞ്ഞുതുടങ്ങി.

"മക്കളേ നിങ്ങളെല്ലാം എന്റെ മക്കളെപ്പോലെത്തന്നെയാണെനിക്കിപ്പോഴും. എല്ലാം കിളികുലത്തിന്റെ ദുർവ്വിധിയെന്ന് കരുതിയങ്ങ് സമാധാനിക്കാൻ എനിക്കാവില്ല. എന്തിനും ഏതിനും ഒരു കാരണമുണ്ടാവണം. കാരണമില്ലാതെ കാര്യമില്ല. എത്രയോ തലമുറകളായി കടപ്പുറത്തെ തെങ്ങുകളിൽ കൂടുവെച്ചു കഴിയുന്നവരാണ് ഞങ്ങൾ. രൂപംകൊണ്ടുള്ള വേർതിരിവിൽ ചിലർ കടൽകാക്കകൾ, ചിലർ ബലിക്കാക്കകൾ. മനുഷ്യരുണ്ടാക്കിയ ചില വേർതിരിവുകളാണതെല്ലാം. കടൽകാക്കകളായാലും ബലിക്കാക്കകളായാലും കാക്കകൾ കാക്കകൾ തന്നെ. കിഴക്കു വെള്ളകീറുമ്പോൾ ഗ്രാമങ്ങളെ വിളിച്ചുണർത്തി കിഴക്കോട്ടു പറക്കുന്നവനാണ് കാക്ക. കടപ്പുറത്ത് ആഹാരമില്ലാഞ്ഞിട്ടൊന്നുമല്ല. ആ പറക്കൽ കാക്കകളുടെ ധർമ്മമാണ്. കുയിലുകളെപ്പോലെ ഈണത്തിൽ പാടാനറിയില്ലെങ്കിലും എന്നും വെളിച്ചത്തെ വരവേല്ക്കാൻ ഞങ്ങളും പാടുന്നു. സൂര്യന്റെ ആദ്യകിരണങ്ങൾ കാണുമ്പോഴുള്ള ആഹ്ലാദമാണ് ഞങ്ങളുടെ പാട്ട്. അതിനുമുണ്ട് ഇമ്പമുള്ള ഒരു ഈണവും താളവും. ഓരോ കാക്കയും നിത്യവും ചെന്നെത്തേണ്ടുന്ന വീടുകൾ നേരത്തെ നിശ്ചയിക്കപ്പെട്ടിട്ടുള്ളതാണ്. അച്ഛനും അമ്മയ്ക്കും പിറകെ മക്കൾ എന്ന രീതിയിൽ ഒരു നാട്ടുനടപ്പായി ആ ക്രമം അങ്ങനെ തുടരുന്നു. പണ്ടൊക്കെ ഓരോ വീട്ടമ്മയും ഞങ്ങൾക്ക് അത്താഴത്തിന്റെ അവശിഷ്ടം കരുതിവെക്കുമായിരുന്നു. വീട്ടു പരിസരങ്ങളിലെ അഴുക്കുകളൊക്കെ കൊത്തിത്തിന്നുവൃത്തിയാക്കി സന്ധ്യമയങ്ങുമ്പോൾ ആരവത്തോടെ കടപ്പുറത്തെ കൂടുകളിലേക്ക് മടങ്ങുന്നു. മനുഷ്യർ രാവും പകലും പകുത്തുവെക്കുമ്പോൾ അവരുടെ കൂടെ ആരവങ്ങളുമായി

എന്നും കാക്കയുമുണ്ടായിരുന്ന കാലത്തെക്കുറിച്ചാണ് ഞാൻ പറഞ്ഞത്. പക്ഷേ, ഇന്നെല്ലാം മാറി. ആയിരം കാക്കകൾക്ക് വയറുനിറയെ ഭക്ഷിക്കാനുള്ളതെല്ലാം നഗരത്തിലെ ഒരു ഹോട്ടലിന് പുറകിലുണ്ടാവും. അതും രുചികരമായ ഭക്ഷണസാധനങ്ങൾ. ഇപ്പോൾ ചെറുപ്പക്കാരാരും ഗ്രാമങ്ങളിലേക്ക് പറന്നുചെല്ലുന്നതേയില്ല. ഗ്രാമത്തിലെ വീടുകളിലാണെങ്കിൽ ഓരോ ദിവസത്തെയും ഭക്ഷണത്തിന്റെ അവശിഷ്ടങ്ങൾ എന്നൊന്നില്ലാതായിരിക്കുന്നു. അവിടെ ആളുകൾ ഒരു ഭക്ഷണംതന്നെ നാലഞ്ചു ദിവസങ്ങളിലേക്കായാണ് ഉണ്ടാക്കുന്നത്. പിന്നെയെന്ത് അവശിഷ്ടം. ചെറുപ്പക്കാർക്ക് ഗ്രാമങ്ങളിൽ അലഞ്ഞു തിരിയേണ്ടയാതൊരാവശ്യവുമില്ല. അങ്ങനെ അവരൊക്കെ മടിയന്മാരായിത്തീർന്നിരിക്കുന്നു. വൈകുന്നേരങ്ങളിൽ കടപ്പുറത്തെ കൂടുകളിലേക്ക് തിരിച്ചു പോകാൻ തന്നെ അവർക്കിപ്പോൾ മടിയാണ്.” കാക്കക്കിഴവൻ അവശതയോടെ കൊക്കു പിളർത്തിയപ്പോൾ ചിതലപ്പുള്ളിലൊരുവൻ കുറച്ചുകൂടി വെള്ളം ആ കൊക്കിലേക്ക് ഇറ്റിച്ചുകൊടുത്തു. വെള്ളം കുടിച്ചപ്പോൾ കിഴവൻ ഒന്നുകൂടി ഉന്മേഷവാനായി സംസാരിച്ചു തുടങ്ങി.

“കടപ്പുറത്ത് നിന്നും പറന്നുപോയി കാലത്തേ കിഴക്കുണർത്തുന്ന ശീലമൊക്കെ അവരെന്നോ മറന്നു കഴിഞ്ഞു. അങ്ങനെയാണ് നഗരത്തിൽത്തന്നെ രാപ്പാർക്കുക എന്ന ആശയം അവരുടെ ഇടയിൽ പ്രചരിച്ചത്. ഏതൊക്കെയോ തലതിരിഞ്ഞ ചെറുപ്പക്കാരാണ് ആ ആശയം പ്രചരിപ്പിച്ചത്. അവർതന്നെയാണ് ഇന്നത്തെ ഈ ആക്രമണത്തിന്റെ പിന്നിലും. അമ്പലക്കാവിലെ അരയാൽ തലതിരിഞ്ഞ ചെറുപ്പക്കാരുടെ സ്വപ്നവൃക്ഷമാണ്. നാട്ടുകിളികളായ നിങ്ങളെയെല്ലാം തുരത്തി അമ്പലക്കാവിലെ അരയാൽ കയ്യടക്കണമെന്ന എത്രയോ കാലത്തെ ആഗ്രഹം നിറവേറ്റാനാണ് അവർ വന്നത്. മനസ്സുകൊണ്ട് ഇഷ്ടമില്ലെങ്കിലും കാക്കക്കൂട്ടത്തിലെ കാരണവരായ എനിക്കതിൽ നിന്നും മാറിനില്ക്കാനാവില്ലല്ലോ മക്കളേ. അതുകൊണ്ട് ഞാനും അവരുടെ കൂടെപ്പോന്നെന്നുമാത്രം. ഊക്കുള്ളവൻ കാര്യക്കാരൻ എന്നങ്ങ് വിശ്വസിച്ചു നടക്കുന്ന കുറേ തെമ്മാടികളുണ്ട് ഞങ്ങളുടെ കൂട്ടത്തിൽ. കടപ്പുറത്ത് മീൻ കെട്ടുകിടന്നാലും തോണി

യിൽ കയറി കട്ടെടുത്തേ അവറ്റകൾ വിശപ്പടക്കൂ. വയറു നിറഞ്ഞിരുന്നാലും വെറുതെ കട്ടെടുത്തു കളയും. കാലത്തിന്റെ കളിയെന്നല്ല കള്ളക്കളിയെന്നാ എന്നെപ്പോലുള്ള കിളവന്മാര് ഇതൊക്കെ കാണുമ്പോ വിചാരിക്കുന്നേ. അടക്കാക്കിളിയായാലും സാക്ഷാൽ ഗരുഡനായാലും ചിറകുവീശിപ്പറക്കുന്നവരാണ് പക്ഷികളെന്ന ബോധമില്ല. പണ്ടൊക്കെ ഒരു തൂവല് എവിടെയെങ്കിലും വീണുകിടക്കുന്നതു കണ്ടാൽ അതു കണ്ടവൻ കരഞ്ഞ് കരഞ്ഞ് കൂട്ടുകാരെ വിളിച്ചു വരുത്തും. ആ തൂവലിന്റെ കാരണമന്വേഷിക്കും. ഇപ്പോ കൂട്ടത്തിലൊന്ന് ചത്തു കിടന്നാലും ചെറുപ്പക്കാർ കണ്ട ഭാവം നടിക്കില്ല. ഓരോരുത്തർക്കും ഓരോരുത്തരുടെ കാര്യം മാത്രം. ഒറ്റപ്പെട്ടുപോയവന്റെ കഥ കഴിഞ്ഞതുതന്നെ. നിങ്ങൾ കാണുന്നില്ലേ ഇത്രനേരമായിട്ടും കിളവനായ എന്നെ അന്വേഷിച്ച് ആരെങ്കിലും വന്നോ?'' കാക്കക്കിഴവൻ ക്ഷീണം കൊണ്ട് പിന്നെയും കൊക്കു പിളർത്തി ആഞ്ഞാഞ്ഞ് ശ്വസിച്ചു. ചിതലപ്പുള്ള് ഒരിക്കൽകൂടി ആ പിളർന്ന കൊക്കിലേക്ക് വെള്ളം ഇറ്റിച്ചു കൊടുത്തു. ഞങ്ങൾ കിളിക്കൂട്ടമാകെ കാക്കക്കിളവന്റെ വാക്കുകളിൽ ലയിച്ചു നില്ക്കുകയായിരുന്നു. കടപ്പുറത്തേക്ക് തിരിച്ചു പോകാൻ അനുവാദം ചോദിക്കുന്നതുപോല ആ കിഴവൻ ഞങ്ങളെയെല്ലാം മാറി മാറി നോക്കി. പിന്നെ കുറേ കഴിഞ്ഞപ്പോൾ മെല്ലെ മെല്ലെ ചിറക് വിരിച്ചു കടപ്പുറത്തേക്ക്തന്നെ പറന്നുപോയി.

"കാക്കക്കിഴവൻ മരത്തലപ്പുകൾക്കുമീതെ അപ്രത്യക്ഷനായെന്ന് ഉറപ്പു വരുത്തിയശേഷം അരയാൽ മരത്തിലെ കിളികളെല്ലാം അടുത്തടുത്ത കൊമ്പുകളിൽ പറന്നെത്തി കലപില കൂട്ടിക്കൊണ്ടിരുന്നു. ചിലരെല്ലാം അവനവന്റെ കൂടുകൾക്കുണ്ടായ കേടുപാടുകൾ തീർക്കുന്ന തിരക്കിലായിരുന്നു. മറ്റുള്ളവർ പരസ്പരം അനുമോദിച്ചുകൊണ്ട് കാക്കകളുടെ മേലുള്ള യുദ്ധവിജയം ആഘോഷിക്കുകയായിരുന്നു. എല്ലാവരും ധൈര്യശാലികളായ മരങ്കൊത്തികളെ പ്രത്യേകം അഭിനന്ദിക്കുന്നുണ്ടായിരുന്നു. എനിക്കെന്റെ വലതുകാൽ എന്നന്നേക്കുമായി നഷ്ടപ്പെടുകയാണെന്ന് ഉറപ്പായിരുന്നു. മുറിവിൽനിന്ന് വല്ലാതെ രക്തം വാർന്നൊലിച്ചുകൊണ്ടിരുന്നു. അവസാനം കാര്യങ്ങൾ

ഇങ്ങനെയൊക്കെയായി.” ചട്ടക്കാലത്തിപ്പുള്ള് തന്റെ ചലനശേഷിയില്ലാത്ത വലതുകാൽ സങ്കടത്തോടെ സിന്ദൂരത്തിന്റെ മുമ്പിൽ നീട്ടിവെച്ചു.

“കടപ്പുറത്തുനിന്നെത്തിയ കാക്കത്തെമ്മാടികൾ ഇനിയും അമ്പലക്കാവ് കയ്യടക്കാനെത്തുമെന്ന് എല്ലാവരും ആശങ്കപ്പെട്ടു. ജീവൻ നഷ്ടപ്പെടേണ്ടി വന്നാലും അത് അംഗീകരിച്ചുകൊടുക്കാനാവില്ലെന്നാണ് എല്ലാവരും ഒരേ സ്വരത്തിൽ അഭിപ്രായപ്പെട്ടത്. ചേക്കേറുന്ന സന്ധ്യാസമയങ്ങളിൽ കൂടുതൽ കരുതലുണ്ടാവണമെന്ന കാര്യത്തിൽ ആർക്കും അഭിപ്രായ വ്യത്യാസമുണ്ടായില്ല. ഒന്നോ രണ്ടോ മരങ്കൊത്തികളും പകൽ പുറത്തിറങ്ങാത്ത കാലൻ കോഴിയും എപ്പോഴും അരയാൽ പരിസരത്ത് കാവലിരിക്കണമെന്ന തീരുമാനത്തിലാണ് കിളിക്കൂട്ടം എത്തിച്ചേർന്നത്. കാവല്ക്കാർക്കുള്ള ഭക്ഷണം മറ്റുള്ളവർ എത്തിച്ചുകൊടുക്കണമെന്നും തീരുമാനമായി. കാക്കക്കൂട്ടത്തിലെ കൊടുംതെമ്മാടികളിൽ ചിലർ പിന്നീട് ഒന്നു രണ്ടു വട്ടം അരയാൽ പരിസരത്ത് വന്നിരുന്നുവെങ്കിലും മരങ്കൊത്തികൾ എല്ലാറ്റിനേയും വിരട്ടി വിട്ടു. അങ്ങനെ പറയുമ്പോൾ ചട്ടക്കാലത്തിപ്പുള്ള് ഊറിച്ചിരിക്കുന്നുണ്ടായിരുന്നു. “കാക്കത്തെമ്മാടികൾ നാലഞ്ചുപേർ ഒരുച്ചനേരത്ത് അരയാൽ കൊമ്പത്ത് വന്നിരുന്നതും കാവല്ക്കാരനായ കാലൻകോഴി മൂന്ന് പ്രാവശ്യം നീട്ടികൂവി. അമ്പലക്കാവിൽ അസാധാരണമായതെന്തോ സംഭവിക്കുന്നതായി മനസ്സിലാക്കിയ മരങ്കൊത്തികൾ പ്രത്യാക്രമണത്തിനായി ആരവത്തോടെ പറന്നെത്തുമ്പോഴേക്കും കാക്കത്തെമ്മാടികൾ ജീവനുംകൊണ്ട് പറന്നുപോയ വഴിയിൽ പിന്നെ കാറ്റ് വീശിയിട്ടില്ല.” ചട്ടക്കാലത്തിപ്പുള്ള് ആവേശത്തോടെ പറഞ്ഞുനിർത്തി.

ചട്ടക്കാലത്തിപ്പുള്ളിന്റെ വാക്കുകൾ കേട്ടപ്പോൾ സിന്ദൂരത്തിന് വലിയ അത്ഭുതമാണ് തോന്നിയത്. കാലൻകോഴി കൂവിയത് അപായസൂചനയായിട്ടാണെന്ന ചട്ടക്കാലത്തിയുടെ വാക്കുകളാണ് അവളെ അത്ഭുതപ്പെടുത്തിയത്. കാലൻ കോഴിയുടെ കൂവൽ മനുഷ്യന്മാർക്കും അപായ സൂചനയാണെന്ന കാര്യം അവൾക്ക് നേരത്തേ അറിയാവുന്നതാണ്. അക്കാര്യങ്ങളെല്ലാം മുത്തശ്ശി അവളോട് എത്രയോ പ്രാവശ്യം വാക്കുകൾക്ക്

പൊടിപ്പും തൊങ്ങലും വെച്ച് പറഞ്ഞിട്ടുള്ളതാണ്. സമീപത്ത് എവിടെയെങ്കിലും ഒരു തൂങ്ങിമരണമോ റോഡപകടമോ ഉണ്ടാ യെന്നറിഞ്ഞാൽ ഉടനെ മുത്തശ്ശി പറയും.

“ഉണ്ടാവാണ്ടേങ്ങെന്യാ..... വെള്ളിയാഴ്ച ഉച്ചനേരത്തല്ലേ അമ്പലക്കാവിൽ മൂന്ന് പ്രാവശ്യം കാലൻകോഴി കൂവിയത്.” മുത്തശ്ശിയുടെ അത്തരം കടുത്ത വാക്കുകൾ സിന്ദൂരത്തിന് തീരെ ഇഷ്ടപ്പെടാറില്ല. എവിടെയെങ്കിലും എന്തെങ്കിലും അപ കടമുണ്ടായാൽ അതിന് പാവം ഒരു പക്ഷിയെങ്ങനെയാണ് ഉത്തരവാദിയാവുന്നത് എന്ന വ്യാകുല ചിന്തയിൽ കുറേനേരം അവളുടെ കുഞ്ഞുമനസ്സ് കുരുങ്ങിക്കിടക്കും. രാത്രിയിൽ മാത്രം കൂവുന്ന കാലൻ കോഴി പകൽ സമയത്ത് കൂവുന്നതുകൊ ണ്ടാവും മുത്തശ്ശി അതിനെ ഇങ്ങനെ ശപിക്കുന്നത്. അല്ലെങ്കിലും മനുഷ്യനായാലും മൃഗമായാലും പക്ഷിയായാലും നേരത്തേ വരച്ചിട്ടവഴി തെറ്റി നടക്കുന്നവനാണല്ലോ വെറുതെ ശിക്ഷിക്ക പ്പെടുന്നത്. സ്വന്തം മരണം കാത്തുകഴിയുന്ന മുത്തശ്ശിയെ വഴി തെറ്റുന്ന എല്ലാം ഭയപ്പെടുത്തുന്നുണ്ടാവണം. പിന്നെ കാലൻ കോഴിയുടെ കാര്യം പറയേണ്ടതില്ലല്ലോ. എത്രകണ്ടാലും മതി വരാത്ത ഈ ഭൂമിയെ വിട്ടുപോകാൻ ആർക്കാണിഷ്ടമുണ്ടാ വുക. സിന്ദൂരത്തിന്റെ ചിന്തകൾ അങ്ങനെ നീണ്ടുപോയി. മുത്ത ശ്ശിക്ക് ഇനിയെത്രനാൾ? ആ അശുഭ ചിന്ത ഒരു കരിമഷിവര പോലെ കുറച്ചുനേരം സിന്ദൂരത്തിന്റെ മനസ്സിൽ പതിഞ്ഞു കിടന്നു.

ചട്ടക്കാലത്തിപ്പുള്ള് ഇരതേടി മറ്റേതോ കൊമ്പിലേക്ക് പറന്നുപോയിരുന്നു. അതൊന്നും സിന്ദൂരം അറിഞ്ഞതേയില്ല. കിളികുലക്കോട്ടയെക്കുറിച്ച് ഇനിയും വിശദമായി ഇനിയൊരി ക്കൽ ചട്ടക്കാലത്തിപ്പുള്ളിനോട് ചോദിച്ചറിയണമെന്ന് മനസ്സി ലുറച്ചുകൊണ്ടാണ് അന്നവൾ വീട്ടിലേക്ക് പോയത്. വീട്ടിലേ ക്കുള്ള യാത്രയിൽ അന്നവൾ ഒറ്റയ്ക്കായിരുന്നു. എന്നും ഒപ്പം വരാറുള്ള നിമ്മിയും സുലുവുമെല്ലാം സ്കൂൾ വിട്ടയുടൻ സ്ഥലം വിട്ടിരിക്കും. ചട്ടക്കാലത്തിപ്പുള്ളിനെ അവർക്കാർക്കുമറിയില്ല. മരക്കൊമ്പുകളിൽ പറന്നു നടക്കുന്ന എത്രയോ കിളികളിൽ ഒന്നു മാത്രമാണവർക്ക് ചട്ടക്കാലത്തിപ്പുള്ളും. സ്വന്തം കുല ത്തിന്റെ രക്ഷയ്ക്കുവേണ്ടിയുള്ള യുദ്ധത്തിൽ കാല് നഷ്ടപ്പെട്ട

ചട്ടക്കാലത്തിപ്പുള്ളിനെക്കുറിച്ചോർത്തപ്പോൾ സിന്ദൂരത്തിന് അത്ഭുതം തോന്നി. രാജ്യത്തിന്റെ അതിർത്തിയിൽ കാവൽ നില്ക്കുന്ന പട്ടാളക്കാരെക്കുറിച്ചാണ് അപ്പോൾ മുതൽ സിന്ദൂരം ഓർത്തുകൊണ്ടിരുന്നത്.

രണ്ട്

അഞ്ചാറു ദിവസത്തിനുശേഷമാണ് പിന്നീട് സിന്ദൂരം ചട്ടക്കാലത്തിപ്പുള്ളിനെ കണ്ടത്. സ്കൂളിന്റെ പുറകിൽ ഓലയും മുളയും കൊണ്ടുണ്ടാക്കിയ ഒരു ഷെഡ്ഡുണ്ട്. കുട്ടികൾക്കുള്ള ഉച്ചഭക്ഷണം പാകം ചെയ്യുന്ന ആ ഷെഡ്ഡിനെ കഞ്ഞിപ്പുരയെന്നാണ് കുട്ടികൾ വിളിക്കാറുള്ളത്. ഉച്ചനേരത്ത് കഞ്ഞിപ്പുരയുടെ മേൽക്കൂരയിലിരുന്ന് വെയിലു കായുമ്പോഴാണ് ചട്ടക്കാലത്തിപ്പുള്ളിനെ സിന്ദൂരം കണ്ടത്. വയ്യാത്തകാല് നീട്ടിവെച്ചാണവളുടെ ഇരിപ്പ്. മുഖത്ത് പതിവില്ലാത്ത ഒരു മ്ലാനത. മനസ്സിലെ അസ്വസ്ഥതകളുടെ അടയാളമാണത്. ചിലപ്പോൾ അവളുടെ വയ്യാത്ത കാല് വേദനിക്കുന്നുണ്ടാവാം എന്നും സിന്ദൂരം ചിന്തിച്ചുപോയി.

"എന്തേ മേഡം മുഖത്തോരു വല്ലായ്മ? പ്രശ്നങ്ങളെന്തെങ്കിലും?" സിന്ദൂരത്തിന്റെ കുസൃതിച്ചോദ്യം കേട്ടിട്ടും ചട്ടക്കാലത്തിപ്പുള്ള് കുറച്ചുനേരം മറുപടിയൊന്നും പറഞ്ഞില്ല. പിന്നെ ഒഴുക്കൻ മട്ടിൽ പറഞ്ഞു "പ്രശ്നങ്ങളുതന്നെ. കിളികുലക്കോട്ടയിലാകെ പ്രശ്നങ്ങൾതന്നെ."

"അതെന്തു പ്രശ്നം? എന്തു പറ്റിയെന്ന് തുറന്ന് പറയ് മാഡം." സിന്ദൂരം കെഞ്ചി.

"ഞാൻ നാലഞ്ചു ദിവസംമുമ്പ് കിളികുലക്കോട്ടയിൽ പോയിരുന്നു. അവിടെയാകെ പ്രശ്നങ്ങള് തന്നെ. അടക്കാക്കിളി മുതൽ കഴുകൻ വരെയുള്ള കിളികുലത്തിനാകെ ഒരുപോലെ പ്രധാനപ്പെട്ടതാണ് കിളികുലക്കോട്ട. കിളികുലക്കോട്ടയിൽ പക്ഷികൾക്കിടയിൽ വലുപ്പച്ചെറുപ്പമില്ല. അവിടെയെല്ലാവരും സമന്മാരാണ്. അവിടത്തെ മലനിരകളും കോട്ടയെ വലംവെക്കുന്ന നീലപ്പുഴയിലെ നീല ജലവും അവയിൽ നീന്തി നടക്കുന്ന മീനുകളുമെല്ലാം കിളികുലത്തിനാകെ തുല്യമായി അവകാശപ്പെട്ടതാണ്."

"എപ്പോഴും കിളികുലക്കോട്ടയെ കുറിച്ച് ഇങ്ങനെ കുളൂസ് പറയുന്നതല്ലാതെ കോട്ട എവിടെയാണെന്നൊന്നും എന്നോടിതുവരെ പറഞ്ഞിട്ടില്ലല്ലോ." സിന്ദൂരം പരിഭവം നടിച്ചു പറഞ്ഞു. ചട്ടക്കാലത്തിപ്പുള്ള് തുടർന്നു.

"അങ്ങ് കിഴക്ക് നീലപ്പുഴയുടെ ഒത്ത നടുവിലായി കോട്ടത്തുരുത്തിയെന്നൊരു തുരുത്തുണ്ട്. തുരുത്ത് മുഴുവൻ പാണൽച്ചെടികളും കണ്ടൽ മരങ്ങളും ചെറിയ ഞാവൽ മരങ്ങളും കാരമരവുമൊക്കെയാണ്. വേലിയേറ്റത്തിന് വെള്ളം കയറിയിറങ്ങുന്ന തുരുത്തിലെ ചതുപ്പുനിലങ്ങളിൽ നിറയെ അട്ടകൾ ഇഴഞ്ഞു നടക്കും. കണ്ടൽ മരങ്ങളുടെയും ഞാവൽ മരങ്ങളുടെയും കൊമ്പുകളിൽ ആഭരണങ്ങൾപോലെ പല നിറങ്ങളിലുള്ള പ്രാണികൾ പൊതിഞ്ഞിരിക്കുന്നതുകാണാം. കോട്ടത്തുരുത്തിയിലേക്ക് കരയിലെ സാധാരണ മനുഷ്യരാരും എത്തിനോക്കുകപോലുമില്ല. പുഴയിൽ മുങ്ങിമരിച്ചവരുടെ അനാഥപ്രേതങ്ങൾ അലഞ്ഞുനടക്കുന്ന ഇടമാണതെന്നാണ് ചുറ്റുമുള്ള കരക്കാരുടെ വിശ്വാസം. സന്ധ്യാനേരങ്ങളിൽ കോട്ടത്തുരുത്തിയിൽ നിന്നും പ്രേതങ്ങളുടെ നിലവിളികൾ കേൾക്കാറുണ്ടെന്നൊക്കെ പുഴയിൽ തോണിയിൽ മീൻപിടിക്കുന്നവർ പറയാറുള്ളത് കേട്ടാണ് അങ്ങോട്ടുചെല്ലാൻ ആളുകൾക്കിത്ര ഭയം. പണ്ടെപ്പോഴോ പുഴയിൽ കടത്തു തോണി മറിഞ്ഞ് പത്തിരുപത്തഞ്ചുപേർ പുഴയിൽ മുങ്ങി മരിച്ചുവെന്നും അവരുടെ പ്രേതങ്ങൾ കോട്ടത്തുരുത്തിയിൽ കുടിയേറിയെന്നുമൊക്കെയാണ് പഴമക്കാരായ ആളുകളുടെ വിശ്വാസം. ഇപ്പോൾ പുഴയിൽ മുങ്ങിച്ചാവുമെന്നുറപ്പായാലും ആരും കോട്ടത്തുരുത്തിയിലേക്ക് നീന്തിച്ചെല്ലാറില്ല. അത്രയ്ക്ക് പേടിയാണ് ആളുകൾക്ക്. കോട്ടത്തുരുത്തിയുടെ ഒത്ത നടുവിലായി ഒരു പാലമരമുണ്ടെന്നും അതിന്റെ കൊമ്പിലാണ് യക്ഷിയും പ്രേതങ്ങളുമൊക്കെ കുടിപാർക്കുന്നതെന്നും വിശ്വസിക്കുന്നവരുമുണ്ട്. പക്ഷേ, ഒന്നും ശരിയല്ല. പ്രേതവുമില്ല പാലയുമില്ല. സത്യത്തിൽ കരയിലെ കള്ളവാറ്റുകാർ കുടിയേറിയ തുരുത്താണത്. ആളുകൾ ചെല്ലാതിരിക്കാൻ അവരാണ് പ്രേതവും പാലയുമൊക്കെയുണ്ടാക്കി ആളുകളെ ഭയപ്പെടുത്തുന്നത്. കള്ളവാറ്റുകാർ രാത്രിയിലാണ്

കോട്ടത്തുരുത്തിയിലെത്തുക. കരയിൽ നിന്നും ചെറിയ പുരത്തോണികളിലെത്തുന്ന അവർ വെളിച്ചംപോലും പുറത്തു കാണിക്കാതെ തുരുത്തിയിൽ വെച്ച് വാറ്റുനടത്തും. വാറ്റുചാരായവുമായി നേരം വെള്ളകീറുന്നതിന് മുമ്പേതന്നെ തിരിച്ചു കരയിലെത്തുകയും ചെയ്യും. തുരുത്തിയിലെ ചെറിയചെറിയ മരങ്ങളുടെ കൊമ്പുകളിലെല്ലാം നിറയെ കിളിക്കൂടുകളാണ്. ഒന്നുരണ്ടു വലിയ മരങ്ങളുടെ കൊമ്പുകളിൽ വലിയ പക്ഷികൾ കൂടുവെച്ചിട്ടുണ്ട്. ഒട്ടുമിക്ക സമയങ്ങളിലും ഞാവൽ മരങ്ങളിലും കാരമരങ്ങളിലും മാറി മാറി മധുരമുള്ള കായ്കൾ പഴുത്ത് നില്ക്കുന്നുണ്ടാവും. അതുകൊണ്ട് കിളികൾക്കെല്ലാം കുശാലുതന്നെ. വിശപ്പെന്താണെന്നാർക്കുമറിയില്ല. ചിലകാലങ്ങളിൽ കുഞ്ഞിക്കിളികൾ വയററിയാതെ പഴങ്ങൾ തിന്ന് കിളികൾക്കെല്ലാം വയറിളക്കമുണ്ടാവും. തള്ളക്കിളികൾ വയററിയാതെ തിന്നുന്ന കുഞ്ഞിക്കിളികളെ ശാസിക്കുന്നത് കേൾക്കാൻ തന്നെ നല്ല രസമാണ്. കിളികൂട്ടങ്ങൾ കൂവിയും പാടിയും കൊഞ്ചിയും കരഞ്ഞും കഴിയുന്ന കിളികുലക്കോട്ട കിളികുലത്തിന്റെ ഭൂമിയിലെ സ്വർഗ്ഗരാജ്യമാണ്. അവിടെയെല്ലാവരും സമന്മാരാണ്. കായ്കനികൾ മാത്രം തിന്നുന്നവർ അങ്ങനെ. മീൻകള്ളത്തിപ്പക്ഷികളെപ്പോലുള്ളവർക്ക് പുഴയിൽനിന്ന് ഇഷ്ടംപോലെ മീൻപിടിക്കാം. നാട്ടിൻപുറങ്ങളിൽ പോക്കിരികളായി കഴിയുന്ന പ്രാപ്പിടിയന്മാർ പോലും കിളികുലക്കോട്ടയിലെത്തിയാൽ അക്രമസ്വഭാവം വെടിഞ്ഞ് ശാന്തസ്വഭാവികളാകും. അതെന്തോ കിളികുലക്കോട്ടയുടെ ഒരു പ്രത്യേകതയാണ്. കോട്ടവിട്ട് പുഴയുടെ മറുകരയെത്തിയാൽ പ്രാപ്പിടിയന്മാർ പഴയതുപോലെ പോക്കിരികളായ പ്രാപ്പിടിയന്മാരാവുകയും ചെയ്യും. ഞങ്ങളെപ്പോലുള്ള ചെറു കിളികൾക്ക് ഏറ്റവും സുരക്ഷിതമായ സ്ഥലം കിളികുലകോട്ടതന്നെ." ചട്ടക്കാലത്തിപ്പുള്ള് പെട്ടെന്ന് സംസാരം നിർത്തി ഗഹനമായി എന്തോ ആലോചിക്കുന്നതുപോലെ കുറച്ചുനേരം മൗനിയായിരുന്നു.

ചട്ടക്കാലത്തിപ്പുള്ളിനെ ചിന്തയിൽനിന്നുണർത്താൻ സിന്ദൂരം അല്പം ശബ്ദമുയർത്തി ചോദിച്ചു.

"കിളികുലക്കോട്ടയിലെന്തു വിശേഷമുണ്ടായെന്ന് പറയ് ചട്ടക്കാലത്തീ."

ചട്ടക്കാലത്തിപ്പുള്ള് പരിഭവം നടിച്ചു. "അതുവേണ്ട. എന്നെ ചട്ടക്കാലത്തീന്ന് വിളിച്ചാൽ ഇനി ഒരു കഥയും പറയാൻ ഞാനില്ല. മറ്റുകുട്ടികളെപ്പോലെത്തന്നെ എന്നെ കളിയാക്കുന്നോളോട് ഞാനെന്തിനാ കഥ പറയുന്നേ?"

അതുകേട്ടപ്പോൾ സിന്ദൂരത്തിന് വല്ലാത്ത സങ്കടം തോന്നി. ചട്ടക്കാലത്തിപ്പുള്ള് തന്നെ ഇത്രമാത്രം സ്നേഹിക്കുന്നുണ്ടെന്ന് അപ്പോഴാണ് അവൾ മനസ്സിലാക്കിയത്.

"എന്നാൽ സോറി. ആരു പരിഹസിച്ചാലും ഇനിയൊരിക്കലും സിന്ദൂരം അങ്ങനെ വിളിക്കില്ല. കിളികുലക്കോട്ടയിലെ വിശേഷങ്ങൾ പറഞ്ഞുതാ, എനിക്ക് കേൾക്കാൻ കൊതിയാവുന്നു. നാളെ പൊടിപ്പും തൊങ്ങലും വെച്ച് എനിക്കത് ക്ലാസിലെ കുട്ടികളോട് പറഞ്ഞുകൊടുക്കണം."

"കിളികുലകോട്ടയിലെ വിശേഷങ്ങൾ കിളികുലത്തിന് സന്തോഷിക്കാനുള്ള വിശേഷങ്ങളല്ല എന്നതാണ് സത്യം." ചട്ടക്കാലത്തിപ്പുള്ള് ഗൗരവ ശബ്ദത്തിലാണങ്ങനെ പറഞ്ഞത്.

സിന്ദൂരം ചെവിവട്ടംപിടിച്ച് നിന്നു. ചട്ടക്കാലത്തിപ്പുള്ള് കഥ പറഞ്ഞു തുടങ്ങി.

"കിളികുലക്കോട്ട കിളികുലത്തിന് സ്വർഗ്ഗരാജ്യമാണ്. മധുരമുള്ള പഴങ്ങളുണ്ടാവാത്ത ഒരു മരംപോലും അവിടെ വളരില്ല. തങ്ങൾക്ക് കൊത്തിക്കൊറിച്ചും പുഴയിൽ നീരാടിയും ചില്ലകളിൽ ചേക്കേറിയും ഇണചേർന്നും ആടിയും പാടിയുമൊക്കെ കഴിയാൻ ദൈവംതന്ന ഇടംതന്നെയാണതെന്നാണ് കിളികുലത്തിലെ ഓരോ കിളിയുടേയും വിശ്വാസം. ഒരു മാസം മുമ്പുവരെ അത് അങ്ങനെതന്നെയായിരുന്നു. തലമുറകളായി കൊക്കിൽ നിന്ന് കൊക്കിലേക്ക് പറഞ്ഞുകിട്ടിയ ഒരു നിയമാവലിയാൽ ഓരോ കിളിയും ബന്ധിക്കപ്പെട്ടതുപോലെയാണ് കിളികുലക്കോട്ടയിൽ ഞങ്ങളുടെ ജീവിതം. കഴുകന്റെ നീണ്ട കൊക്കിന്റെ തുമ്പത്ത് പറന്നിരിക്കുന്ന അടക്കാക്കിളിയുടെ സ്വാതന്ത്ര്യത്തെക്കുറിച്ച് സിന്ദൂരത്തിന് സങ്കല്പിക്കാനാവുമോ? എന്നാൽ ആ കാഴ്ച കളികുലക്കോട്ടയിൽ ഇന്നലെവരെ അത്ഭുതകരമായ ഒരു കാഴ്ചയായിരുന്നില്ല." ചട്ടക്കാലത്തിപ്പുള്ള് ഒരു നിമിഷം നിർത്തി. ഒരു ദീർഘനിശ്വാസത്തിനുശേഷം തുടർന്നു.

“കഴിഞ്ഞ വേനൽകാലത്ത് ഒരുദിവസം വൈകുന്നേരം കിളികുലക്കോട്ടയിലാകെ പരിഭ്രാന്തി പരത്തിയ ഒരു സംഭവമുണ്ടായി. നേരം സന്ധ്യയോടടുത്തിരുന്നു. നീലപ്പുഴയിൽ നെടുനീളത്തിലങ്ങനെ കിളികുലക്കോട്ടയിലെ ഉയരമുള്ള ഞാവൽ മരങ്ങളുടെ നീണ്ട നിഴലുകൾ പ്രേതങ്ങളെപ്പോലെ വീണു കിടക്കുന്നുണ്ടായിരുന്നു. കുഞ്ഞിക്കുരുവികൾ ചേക്കേറുമ്പോൾ കലപില കൂട്ടുന്ന ശബ്ദം ഒരു സംഗീതംപോലെ എവിടെനിന്നെല്ലാമോ ഉയർന്നുകേൾക്കുന്നുണ്ടായിരുന്നു. അപ്പോഴാണ് വലിയ ചിറകുകൾ വീശിക്കൊണ്ട് രണ്ട് മറുനാടൻ പക്ഷികൾ അകലെ എവിടെയോ നിന്ന് കിളികുലക്കോട്ടയിലേക്ക് പറന്നു വന്നത്. അവരുടെ തൂവെള്ള നിറമുള്ള ചിറകുകളിൽ ഇരുവശങ്ങളിലും സൈനികചിഹ്നംപോലെ കറുത്ത ഓരോ നീളൻ വരകൾ. ചാരനിറത്തിലുള്ള നീണ്ട കൊക്കുകൾ അറ്റം കൂർത്ത് വളഞ്ഞിരുന്നു. കാലുകളിൽ മഞ്ഞ നിറത്തിലുള്ള ഒരാവരണം പാദരക്ഷകൾ എന്നതുപോലെ തെളിഞ്ഞു കാണാമായിരുന്നു. കഴുത്തിൽ ഏലസ്സ് ധരിച്ചതുപോലെ താഴോട്ട് രണ്ട് വളർച്ചകൾ. അവരടെ ചിറകു വീശലിൽ കിളികുലക്കോട്ടയിലെ മരങ്ങളുടെ ചെറിയ കൊമ്പുകൾപോലും ഇളകിയാടിയെന്നാണ് പറഞ്ഞുകേട്ടത്. ഒന്നിന് ശരീരത്തിൽ ചാരനിറം കൂടുതലാണത്രേ. മറ്റേത് തനി വെള്ളക്കാരൻ തന്നെ. വന്നപാടെ രണ്ടുപേരും ആരെയും ഭയപ്പെടാത്തതുപോലെയും അധികാര ഭാവത്തോടെയും എറ്റവും വലിയ ഞാവൽ മരത്തിന്റെ കൊമ്പിലങ്ങ് ഇരുന്നത്രേ. പിന്നെ എല്ലാം ആദ്യമായി കാണുന്ന കൗതുകത്തോടെ കിളികുലക്കോട്ടയാകെ സൂഷ്മമായി നിരീക്ഷിക്കാൻ തുടങ്ങി. കുറച്ചു സമയംകൊണ്ടുതന്നെ തെക്കൻ കിളികുലക്കോട്ടയിൽ അന്യനാട്ടുകാരായ പക്ഷികൾ വന്ന വിവരം കാട്ടുതീപോലെ കിളികുലക്കോട്ടയാകെ പടർന്നു. ആരേയും ഭയപ്പെടാതെ തൊണ്ടപൊട്ടുമാറുച്ചത്തിൽ മരക്കൊമ്പുകളിൽ ചിലച്ചുകൊണ്ടിരുന്നവരെല്ലാം നിമിഷനേരംകൊണ്ട് നിശ്ശബ്ദരായി. പക്ഷികൾ വന്ന വിവരം കേട്ടവരെല്ലാം പാത്തും പതുങ്ങിയും തെക്കൻ കിളികുലക്കോട്ടയിലെ മുത്തശ്ശി ഞാവലിന്റെ പരിസരത്തേക്ക് പറന്നുവന്നുകൊണ്ടിരുന്നു. എല്ലാവരും കണ്ണിൽ കണ്ണിൽ നോക്കി

സംശയവും ആശങ്കയും പങ്കുവെച്ചതല്ലാതെ ആരും ആ പക്ഷികളെക്കുറിച്ച് പരസ്പരം ചോദ്യങ്ങൾ ചോദിക്കുകയോ ഉത്തരങ്ങൾ തേടുകയോ ചെയ്തില്ല. എല്ലാവരും ഒരേ സ്വരത്തിൽ അവർക്ക് സായിപ്പുപക്ഷികൾ എന്നു പേരിട്ടു. സായിപ്പു പക്ഷികൾ രണ്ടു പേരും അവർ പറന്നുവന്നിരുന്ന മുത്തശ്ശി ഞാവലിന്റെ കൊമ്പിൽ ഒന്നുമറിയുന്നില്ലെന്ന ഭാവത്തിൽ ധ്യാനം ചെയ്യുന്നതുപോലെ കണ്ണടച്ചിരിക്കുകയായിരുന്നു. കണ്ണുകളിൽ വെളുത്ത പാട വന്നു മൂടിയതുപോലെയായിരുന്നു ആ ധ്യാനം. ഞങ്ങൾ നിങ്ങളെയൊന്നും ശ്രദ്ധിക്കുന്നില്ലെന്ന ഭാവത്തിലായിരുന്നു വിരുന്നുകാരുടെ ഇരിപ്പ്. ഇടയ്ക്കിടെ അവർ ഒരു സീൽക്കാരത്തോടെ കഴുത്തിലെ ഏലസ്സുകൾ അഹങ്കാരത്തോടെ കുടഞ്ഞുകൊണ്ടിരുന്നു. വെളുത്ത നിറമുള്ള ശരീരവും ചാരനിറമുള്ള കണ്ണുകളും കിളികുലക്കോട്ടയിലെ കിളികൾക്കെല്ലാം ഒരത്ഭുതക്കാഴ്ചയായിരുന്നു. ചെറിയ കിളിക്കുഞ്ഞുങ്ങൾ മരച്ചില്ലകളിൽ പതുങ്ങിയിരുന്ന് അത്ഭുതത്തോടെ അവരുടെ കണ്ണുകളിലേക്ക് ഒളിഞ്ഞു നോക്കിക്കൊണ്ടിരുന്നു. പെട്ടെന്നുതന്നെ പുതിയ വിരുന്നുകാരുടെ പെരുമാറ്റം കിളികുലക്കോട്ടയിലാകെ സജീവ ചർച്ചാവിഷയമായിക്കഴിഞ്ഞിരുന്നു. ചിലർ പറഞ്ഞു "എവിടേക്കോ ഉള്ള ദൂര യാത്രയ്ക്കിടയിൽ കുറച്ചുനേരം വിശ്രമിക്കാൻ കയറിയതായിരിക്കും. ഇന്നത്തെ രാത്രിയിലെ വിശ്രമം കഴിഞ്ഞ് നാളെ കാലത്ത് തിരിച്ചു പോവുമായിരിക്കും." മറ്റുചിലർ പറഞ്ഞു "എത്രയോ കാലങ്ങൾ കൂടുമ്പോൾ കിളികുലക്കോട്ടയിൽ അവതാരങ്ങൾ പ്രത്യക്ഷപ്പെടുമെന്ന് മുത്തച്ഛൻമാരും മുത്തശ്ശിമാരും പറഞ്ഞു കേട്ടിട്ടുണ്ട്. ഇവർ കാഴ്ചയിൽ അവതാരങ്ങൾ തന്നെ. അവരുടെ മുഖത്തെ തേജസ്സ് കണ്ടാലറിയാം. ഇടയ്ക്കെല്ലാം ധ്യാനത്തിലിരിക്കുന്നതും അതുകൊണ്ടാണ്."

പ്രായംകൂടിയ പക്ഷികളിൽ ചിലർ പറഞ്ഞു "ഇത് അപകട സൂചനയാണ്. കിളികുലക്കോട്ടയ്ക്ക് സംഭവിക്കാനിരിക്കുന്ന ഏതോ ആപത്തിന്റെ മുന്നറിയിപ്പാണ് ഇവരുടെ വരവ്. ഇവർ പക്ഷികളുടെ രൂപം ധരിച്ച മറ്റേതോ ജീവികളാണെന്നുപോലും തോന്നിപ്പോവുന്നു. ചിലപ്പോൾ കിളികുലത്തെയാകെ നശിപ്പിക്കാൻ അന്യരാജ്യത്തുനിന്നും വേഷംമാറി വന്നവരുമാകാം."

സായിപ്പുപക്ഷികൾ വന്ന ദിവസംതന്നെ ഈ അത്ഭുതക

രമായ വാർത്ത കിളികുലക്കോട്ടയിലും പുറത്തും പത്രവാർത്ത പോലെ പരന്നു. എത്രയോകാലമായി കിളികുലക്കോട്ടയ്ക്കു പുറത്ത് കൂടുവെച്ചു കഴിയുന്നവരെല്ലാം അന്നോളം കണ്ടിട്ടില്ലാത്ത പുതിയ വിരുന്നുകാരെ കാണാൻ കിളികുലക്കോട്ടയിലേക്കെത്തിക്കൊണ്ടിരുന്നു. പക്ഷേ, ഒരു കാര്യം എല്ലാവരും ശ്രദ്ധിക്കുന്നുണ്ടായിരുന്നു. ഒരു നിമിഷംപോലും നാവുവെക്കാതെ ചിലച്ചുകൊണ്ടിരുന്നവരെല്ലാം പുതിയ വിരുന്നുകാർക്കു മുമ്പിൽ നിശ്ശബ്ദരായിരിക്കുന്നു. കിളിക്കൂട്ടത്തിൽ നിന്ന് അവരെ ആദ്യമായി സായിപ്പുപക്ഷികൾ എന്ന് പേരിട്ടു വിളിച്ചത് പോക്കിരി മരങ്കൊത്തിയാണ്. ആ പേര് എല്ലാവർക്കും ഇഷ്ടപ്പെട്ടു. പുതിയ വിരുന്നുകാരെ പെട്ടെന്നുതന്നെ ഒരു പേരിട്ടു വിളിക്കാനായതിൽ എല്ലാവരും സന്തോഷിച്ചു. പക്ഷേ, എല്ലാവർക്കും ഒരുൾഭയം. സായിപ്പുപക്ഷികളുടെ അപ്രതീക്ഷിതമായ ഈ വരവിന്റെ ഉദ്ദേശ്യമെന്താണെന്ന സംശയം എല്ലാവർക്കുമുണ്ടായിരുന്നു. ആരെയും കൂസാത്ത ഭീമൻ പരുന്തുപോലും സായിപ്പുപക്ഷികൾ പാർക്കുന്ന തെക്കൻ കിളികുലക്കോട്ടയിലെ ഞാവൽ മരത്തിനടുത്തേക്കൊന്നും പിന്നീട് പോയതുപോലുമില്ല. മുൻപിൻ നോക്കാതെ ചിലയ്ക്കുന്ന വായാടി മൈനപോലും മിതഭാഷിയും മിക്കസമയങ്ങളിലും നിശ്ശബ്ദയുമായിരിക്കുന്നു. ചുരുക്കിപ്പറഞ്ഞാൽ സായിപ്പുപക്ഷികളുടെ വരവോടെ കിളികുലക്കോട്ടയിലാകെ ഒരു മരവിപ്പ് ബാധിച്ചതുപോലെയായി.”

“ചട്ടക്കാലത്തി നേരിൽപോയികണ്ടോ ഈ സായിപ്പുപക്ഷികളെ?” സിന്ദൂരത്തിന്റെ ചോദ്യം കേട്ടതും ചട്ടക്കാലത്തിപ്പുള്ളിന്റെ മുഖം വാടി.

“ദാ.... എന്റെ സിന്ദൂരം എന്നെ വീണ്ടും കളിയാക്കി. ഇനി ഞാൻ ഒരു കഥയും പറഞ്ഞുതരില്ല.” അവൾ നീരസം നടിച്ച് മറ്റൊരു കൊമ്പിലേക്ക് മാറിയിരുന്നു.

“ഇല്ല. ഇനിയൊരിക്കലും ഞാൻ അങ്ങനെ കളിയാക്കി വിളിക്കില്ല. ഇനി ഞാൻ മാഡം എന്നേ വിളിക്കൂ. എന്റെ ക്ലാസ് ടീച്ചറെ ഞാൻ അങ്ങനെയാ വിളിക്കുന്നത്” സിന്ദൂരം കെഞ്ചി.

“മേടമായാലും എടവമായാലും കളിയാക്കാതിരുന്നാമതി. അങ്ങനെയാണേൽ ഞങ്ങളുടെ കിളികുലക്കോട്ടയിലെ കഥക

ളത്രയും ഞാൻ സിന്ദൂരത്തിന് പറഞ്ഞുതരാം.”

അത്രയും പറഞ്ഞ് ചട്ടക്കാലത്തിപ്പുള്ള് ആരോ വിളിച്ചിട്ടെന്നപോലെ ചിറകടിച്ച് എങ്ങോട്ടോ പറന്നുപോയി. അന്നും സ്കൂൾ വിട്ട് സിന്ദൂരം തനിച്ചുതന്നെയാണ് വീട്ടിലേക്ക് പോന്നത്. വഴിനീളെ അവൾ കിളികുലക്കോട്ടയെക്കുറിച്ചും അപ്രതീക്ഷിതമായി അവിടെ വിരുന്നെത്തിയ സായിപ്പുപക്ഷികളെക്കുറിച്ചും തന്നെയാണ് ആലോചിച്ചുകൊണ്ടിരുന്നത്. സായിപ്പുപക്ഷികളെ കിളികുലക്കോട്ടയിലെ നാട്ടുപക്ഷികൾ എങ്ങനെയാണ് സ്വീകരിക്കാൻ പോകുന്നതെന്ന കാര്യം സിന്ദൂരം പലവട്ടം ആലോചിച്ചു. ഏതോ അന്യനാട്ടിൽ നിന്നും ഒരു മുന്നറിയിപ്പുമില്ലാതെ രണ്ടു പക്ഷികൾ അവരുടെ ദേശാടനത്തിനിടയിൽ കിളികുലക്കോട്ടയിലെത്തിയതിൽ ചിലപ്പോൾ അസ്വാഭാവികമായി ഒന്നുമുണ്ടാവണമെന്നില്ല. അങ്ങനെയാണെങ്കിൽ ഇന്നോ നാളെയോ ആ പക്ഷികൾ വന്നവഴിക്കുതന്നെ തിരിച്ചുപോയെന്നുമിരിക്കും. പക്ഷേ, അങ്ങനെ സംഭവിക്കുന്നില്ലെങ്കിൽ അതു കിളികുലക്കോട്ടയുടെയും നാട്ടുകിളിക്കൂട്ടത്തിന്റെയും സർവ്വനാശത്തിനുതന്നെ വഴിവെച്ചുവെന്നും വരാം. ചട്ടക്കാലത്തിപ്പുള്ളിന്റെ വാക്കുകളിൽ ആശങ്കകളേറെയുണ്ടായിരുന്നുവെന്നും സിന്ദൂരം വ്യക്തമായും അപ്പോൾ ഓർത്തു.

മൂന്ന്

“**കി**ളികുലക്കോട്ടയുടെ തെക്ക് കിഴക്കുഭാഗത്ത് ഒരു കൂറ്റൻ പുഴഞാവലിന്റെ പൊത്തിൽ കിളികളുടെ ഒരു അമ്പലമുണ്ട്. കാലാകാലമായി ചുറ്റും കള്ളിമുള്ളുകൾ വളർന്നു നില്ക്കുന്ന ഒരു മരപ്പൊത്ത്. രാക്ഷസരാജാവായ രാവണന്റെ വെട്ടേറ്റ് ആകാശത്തുനിന്നും നിലംപതിച്ച ജഡായു അന്ത്യശ്വാസം വലിച്ചത് ആ ഞാവൽ മരം നില്ക്കുന്ന സ്ഥലത്തുവെച്ചായിരുന്നുവെന്നാണ് കിളികുലത്തിന്റെ കാലാകാലമായുള്ള വിശ്വാസം. അതുകൊണ്ട് ആ ഞാവൽപ്പൊത്തിനകത്ത് ഇപ്പോഴും പക്ഷികളുടെ രാജാവായ ജഡായുവിന്റെ ആത്മാവ് കുടിയിരിക്കുന്നുണ്ടെന്നാണ് എല്ലാവരും വിശ്വസിക്കുന്നത്. ജഡായുവിന്റെ വലിയ

ചിറകുകൾക്കുള്ളിലാണ് കിളികുലകോട്ടയിലെ പക്ഷികളും കിളികളും സുരക്ഷിതരായി കഴിയുന്നതെന്നും ഏതു കൊടുങ്കാറ്റിലും പേമാരിയിലും ഇടിമിന്നലിലും കിളികുലക്കോട്ടയൊന്നാകെ ആ ചിറകുകൾക്കുള്ളിൽ സുരക്ഷിതമായിരിക്കുമെന്നുമാണ് കിളികുലത്തിന്റെ നാളിതുവരെയുള്ള അനുഭവം. ഒരു പ്രകൃതി ദുരന്തത്തിൽ ഒരു കിളിക്കുഞ്ഞുപോലും ഇന്നുവരെ കിളികുലക്കോട്ടയിൽ മരണത്തിന് കീഴ്പ്പെട്ടിട്ടില്ല. വലുപ്പച്ചെറുപ്പമില്ലാതെ പക്ഷികൾ നീലപ്പുഴയിൽ മുങ്ങിക്കുളിച്ച് ഈറനായി ആ ഞാവൽപ്പൊത്തിനു മുമ്പിൽ ചിറകടിച്ച് ചിലയ്ക്കുകയെന്നത് കിളികുലക്കോട്ടയിലെ കാലാകാലമായുള്ള ഒരാചാരമാണ്. നീലപ്പുഴയിൽ മുങ്ങിക്കയറുന്ന പക്ഷികൾ കൊക്കിൽ വെള്ളം കൊണ്ടുവന്ന് മരപ്പൊത്തിൽ നിവേദിക്കും. ജഡായുവിന്റെ ആത്മാവിനുള്ള നിവേദ്യമാണത്. അതൊന്നും അടുത്തകാലം വരെ കിളികുലക്കോട്ടയിൽ ആരും തള്ളിപ്പറഞ്ഞിട്ടില്ല. എന്നാൽ ഇപ്പോൾ ചെറുകിളികളിൽ ചിലരെല്ലാം അതൊക്കെ അന്ധവിശ്വാസമാണെന്നും ജഡായുവിന്റെ കഥകളെല്ലാം വെറും കെട്ടുകഥകളാണെന്നുമൊക്കെ പറഞ്ഞു തുടങ്ങിയിട്ടുണ്ട്. ആർക്കും ഒരു ചേതവും വരുത്താത്ത വിശ്വാസങ്ങളെല്ലാം അങ്ങനെയിരിക്കട്ടെ എന്നു പറയുന്നവരാണേറെയും. സായിപ്പുപക്ഷികൾ വന്നതിൽപ്പിന്നെ എല്ലാവരുടെയും ശ്രദ്ധ അതിൽ മാത്രമായി. എല്ലാ മരക്കൊമ്പുകളിലും ഒരേയൊരു ചർച്ചയേയുള്ളൂവെന്നാണ് അറിഞ്ഞത്. സായിപ്പുപക്ഷികളുടെ നീണ്ടു വളഞ്ഞ കൊക്കുകളെപ്പറ്റിയും കഴുത്തിൽ തൂങ്ങി നില്ക്കുന്ന ഏലസ്സുകളെപ്പറ്റിയുമൊക്കെയാണത്രെ എല്ലാവരുടെയും സംസാരം."

ചട്ടക്കാലത്തിപ്പുള്ള് തന്റെ വയ്യാത്തകാല് ഒരു വട്ടം നീട്ടിക്കുറുക്കിക്കൊണ്ട് തുടർന്നു.

"ഇന്നലെ ഞാൻ കണിയാൻ ചെമ്പോത്തിനെ കണ്ടിരുന്നു. അവൻ കിളികുലക്കോട്ടയിൽ പോയി തിരിച്ചുവരുന്ന വഴിയാണ് ഞാനവനെ കണ്ടത്. അവൻ അവിടെ നടക്കുന്ന കാര്യങ്ങളെല്ലാം ശരിക്കും മനസ്സിലാക്കിയിട്ടുണ്ടെന്നാണ് അവന്റെ വാക്കുകൾ കേട്ടപ്പോൾ എനിക്കു തോന്നിയത്. കിളികുലക്കോട്ടയ്ക്ക് സർവ്വനാശം വരാൻ പോവുന്നതിന്റെ സൂചനകളാണത്രെ ഇക്കാ

ണുന്നതത്രയും. സായിപ്പുപക്ഷികളുടെ വരവും ആരെയും കൂസാതെയുള്ള കുടിപാർപ്പും അപകട സൂചനയാണെന്നാണത്രെ അവൻ ഗണിച്ചപ്പോൾ രാശിചക്രത്തിൽ തെളിഞ്ഞുവന്നത്. കഴിഞ്ഞ വിഷുഫലം കിളികുലക്കോട്ടയ്ക്ക് നല്ലതല്ലെന്ന് അന്നേ കണിയാൻ ചെമ്പോത്ത് പറഞ്ഞിരുന്നുവത്രെ. അന്നാരും കണിയാൻ ചെമ്പോത്തിന്റെ വാക്കുകൾ കാര്യമായി ഗൗനിച്ചതേയില്ല. കാട്ടുവള്ളികൾ കാലംതെറ്റി പൂക്കും. കായ്കനികൾ മൂപ്പെത്താതെ പഴുക്കും. നീലപ്പുഴയിൽ വെള്ളം കറുക്കും. കിളികുലക്കോട്ടയിലെ മരങ്ങൾ ഇടിവെട്ടേറ്റുണങ്ങും. കിളികുലമാകെ അന്യന്മാരുടെ കാരുണ്യത്തിൽ കഴിയേണ്ടി വരും. എത്രയെന്നില്ലാത്ത കാലത്തോളം നീണ്ടുപോകുന്ന ദുരന്തഫലങ്ങൾ കിളികുലത്തെ കാത്തിരിക്കുന്നു. ഇപ്പോഴിതാ ആർക്കും മനസ്സിലാകാത്ത സായിപ്പുപക്ഷികളുടെ വരവും." ചട്ടക്കാലത്തിപ്പുള്ള് അതിരറ്റ ആധിയാലെന്നപോലെ കൊക്കുപിളർന്ന് കോട്ടുവായിട്ടു.

"അമ്പലക്കാവിലെ അരയാല് കൈവശപ്പെടുത്താനെത്തിയ കടൽക്കാക്കകളെ നിഷ്പ്രയാസം നേരിട്ടവർക്ക് പൊണ്ണത്തടിയന്മാരായ രണ്ട് സായിപ്പന്മാരെ നേരിടാൻ എന്താ ഇത്ര പ്രയാസം? വേണ്ടാന്ന് കരുതീട്ടല്ലേ." സിന്ദൂരം വേവലാതിപ്പെടുന്ന ചട്ടക്കാലത്തിപ്പുള്ളിനെ ആശ്വസിപ്പിക്കാനെന്നവണ്ണം സൗമ്യമായി പറഞ്ഞു.

"അതാ ആർക്കും മനസ്സിലാകാത്തത്. എല്ലാവരും പരസ്പരം ചോദിക്കുന്നതും അതുതന്നെയാണ്. പക്ഷേ, എന്തുകൊണ്ടോ ആർക്കും ഇപ്പോൾ ആ ചോദ്യത്തിന് ഉത്തരമില്ല. അന്നൊക്കെ മുതിർന്നവര് പറയുന്ന കാര്യങ്ങൾ ശ്രദ്ധയോടെ കേൾക്കാനും അനുസരിക്കാനും ചെറുകിളികൾക്ക് ഒരു മന:പ്രയാസവുമുണ്ടായിരുന്നില്ല. മുതിർന്നവരുടെ വാക്കുകൾ അനുസരിക്കാൻ അന്നൊക്കെ അവർ സന്തോഷത്തോടെ മത്സരിക്കുമായിരുന്നു. ഇന്ന് കാലം മാറി. മുതിർന്നവരെന്തുപറഞ്ഞാലും അതെല്ലാം പഴഞ്ചനെന്നു പറഞ്ഞ് ചെറുകിളികൾ തള്ളിക്കളയും. അനുഭവമാണ് ഏറ്റവും വലിയ അറിവ് എന്നവർ മനസ്സിലാക്കുന്നില്ല. കണ്ടാലറിയാത്തവർ ശരിക്ക് കൊള്ളുമ്പോൾ അറിഞ്ഞുകൊള്ളും.

ഞങ്ങളൊക്കെ കുട്ടിക്കിളികളായിരുന്നപ്പോൾ ഇന്നത്തേതുപോലെയൊന്നുമല്ല. കിഴക്ക് വെള്ളകീറുമ്പോൾ കൂട് വിട്ടുണ

രണം. പിന്നെ മരക്കൊമ്പിലിരുന്ന് കുറേനേരം ചിലച്ചോണ്ടിരിക്കണം. നാടുണർത്താനാണെന്നാണ് അമ്മക്കിളികള് പറഞ്ഞു തന്നത്. സിന്ദൂരക്കുട്ട്യേപ്പോലുള്ള മടിച്ചിക്കോതകളെ വിളിച്ചുണർത്താനാ അങ്ങനെ ചെയ്യുന്നത്. അതു കഴിഞ്ഞാപ്പിന്നെ അടുത്തുള്ള നെൽപ്പാടത്തുപോയി നെല്ലിലെ കീടങ്ങളെ കൊത്തിത്തിന്നണം. അതൊക്കെ വല്യ രസാ. നെല്ല് കതിരിട്ട് നില്ക്കുന്ന പാടത്ത് ഒരേ പ്രായക്കാരായ എത്രയോ കിളികളുണ്ടാവും. എല്ലാതരത്തിലും പെട്ട കുട്ടിക്കിളികൾ. കിളികൾ ചത്തുപോകുന്നത് പേടിച്ച് അന്നാരും നെല്ലിന് വിഷം തളിക്കില്ല. കിളികൾ കൊത്തിത്തിന്നാൽപ്പിന്നെ നെല്ലിൽ കീടങ്ങളും ഉണ്ടാവില്ല. അങ്ങനെയൊക്കെയായിരുന്നു ഈ മണ്ണിലെ കിളികളുടെ ജീവിതം മണ്ണിലെ മനുഷ്യനും മൃഗങ്ങളും കിളികളും എല്ലാം ചേർന്നുള്ള ഒറ്റ കുടുംബ ജീവിതം. ഇന്നിപ്പം ചെറുകിളികളോടാരെങ്കിലും കീടങ്ങളെ കൊത്തിത്തിന്നാൻ പറഞ്ഞുനോക്കണം. പരിഹാസച്ചിലയ്ക്കല് കേട്ട് പറഞ്ഞവര് കരയേണ്ടിവരും. അതുകൊണ്ട് തള്ളക്കിളികള് ഇപ്പോൾ അങ്ങനെയൊന്നും പറയാറില്ല." ചട്ടക്കാലത്തിപ്പുള്ള് ഒരിക്കൽകൂടി ക്ഷീണഭാവത്തിൽ കോട്ടുവായിട്ടു.

"ഈ കാക്കകള് കിളികുലത്തിൽ പെട്ടതാണല്ലോ. എങ്കിലും കിളിക്കൂട്ടത്തിൽ ഒരിക്കലും ഒന്നിച്ച് കാണാറില്ലല്ലോ." സിന്ദൂരത്തിന്റെ സംശയംകേട്ട് ചട്ടക്കാലത്തിപ്പുള്ള് പൊട്ടിച്ചിരിച്ചു കുറേനേരം.

"ഈ സിന്ദൂരക്കുട്ടിക്ക് എന്തെല്ലാമറിയണം. ചോദിച്ച സംശയത്തിൽ വലിയ കാര്യങ്ങളുണ്ട്. അതൊക്കെ കിളികുലത്തിലെ പുരാണ കഥകളാ. കിളികുലം കാലാകാലമായി പറഞ്ഞുകേട്ട കഥകൾ." ചട്ടക്കാലത്തിപ്പുള്ള് പുരാണ കഥകൾ പറയാൻ സന്തോഷത്തോടെ തയ്യാറെടുക്കുകയായിരുന്നു.

"കാക്കകള് ശരിക്കുപറഞ്ഞാൽ വരത്തന്മാരാ. അങ്ങ് തെക്കെവിടെയോ കടലിൽ ലങ്കയെന്നൊരു വലിയ തുരുത്തുണ്ടത്രെ. കടലിന്റെ ഒത്ത നടുവിലായിട്ടാണത്രേ ആ തുരുത്ത്. ഒരു കാലത്ത് അവിടെ മാത്രമേ കാക്കകളുണ്ടായിരുന്നുള്ളൂ. രാവണൻ കട്ടുകൊണ്ടുപോയ സീതാദേവിയെ തിരികെ കൊണ്ടുവരാൻ ലങ്കയിലെത്തിയ ഹനുമാൻ ലങ്കയ്ക്ക് തീകൊടുത്ത കഥയൊക്കെയറിയാമല്ലോ സിന്ദൂരക്കുട്ടിക്ക്. നിമിഷനേരം

കൊണ്ട് തുരുത്താകെ ഒരു തീക്കുണ്ഡം പോലെയായപ്പോൾ തുരുത്തിലെ കാക്കകൾ കൂട്ടത്തോടെ ലക്ഷ്യമില്ലാതെ നാടുവിട്ടെന്നാണ് കഥ. എങ്ങോട്ടെന്നറിയാതെ കടലിൽ പറന്നും പായ്ക്കപ്പലിന്റെ പാമരത്തിലിരുന്നുമൊക്കെ അവർ സ്വന്തം നാടുവിട്ടു. നാടുവിട്ടവരിൽ കുറേപ്പേരിങ്ങ് നമ്മുടെ നാട്ടിലേക്ക് പോന്നു. ഇവിടെ വന്നകാലം മുതൽ വരത്തന്മാർ കടപ്പുറത്താണ് കൂടുവെച്ചത്. തെങ്ങിൻ മണ്ടയിൽ. പകലൊക്കെ നാട് തെണ്ടിയാലും സന്ധ്യകറുക്കുമ്പോൾ കാക്കകൾ കൂട്ടത്തോടെ കടപ്പുറത്തെ കൂട്ടിലേക്ക് തിരിച്ചു പറക്കും. വരത്തന്മാരാണെന്നുള്ള തോന്നലുകൊണ്ടാണ് അങ്ങനെയൊരു ശീലമെന്നാണ് മനസ്സിലാക്കേണ്ടത്. ഒരുകാലത്തും കിളികുലക്കോട്ടയിലേക്ക് കാക്കകൾ പോയിട്ടില്ല. സത്യം പറഞ്ഞാൽ നാട്ടുകിളികളുമായി കാക്കകൾക്ക് ഒരു ചങ്ങാത്തവുമില്ല. ആർക്കും കേൾക്കാനിമ്പമില്ലാത്ത ശബ്ദം. ലങ്കയ്ക്ക് തീകൊളുത്തിയ ഹനുമാൻ സ്വാമിയോടുള്ള വൈരാഗ്യം കൊണ്ടാണത്രെ നാട്ടിൽ കുരങ്ങന്മാരെ എവിടെ കണ്ടാലും കൂട്ടത്തോടെ വളഞ്ഞിട്ടാക്രമിക്കും. ഒരു വരി പാട്ടുപോലും നന്നായി പാടാനറിയില്ല. കിളികുലത്തിലെ പാട്ടുകാരായ കുയിലുകളോടും അസൂയയാ. കാക്കകൾ ശവംതീനികളാ. അവരുടെതൊഴിച്ച് മറ്റാരുടേയും ശവം തിന്നും. വിശപ്പില്ലെങ്കിലും തീറ്റ മതിയാക്കില്ല. എവിടെ എന്തു സാധനം കണ്ടാലും ഒന്നു കൊത്തിനോക്കണം. കാക്കയ്ക്ക് ഒരിക്കലും വിശപ്പടങ്ങില്ലാത്രെ. അതാ എപ്പോഴും എന്തെങ്കിലും തിന്നോണ്ടിരിക്കുന്നത്. ശവംതീനികൾ അമ്പലക്കാവിൽ കടന്ന് അമ്പലക്കാവ് അശുദ്ധമാക്കാൻ വന്നപ്പഴാ കിളിക്കൂട്ടങ്ങളൊന്നാകെയിളകി കൊത്തിയോടിച്ചത്. വരത്തന്മാരായതുകൊണ്ട് കാക്കകൾ തമ്മിൽ തമ്മിൽ വലിയ യോജിപ്പാ. ഒരു കുഞ്ഞിന്റെ തൂവലെവിടെയെങ്കിലും വീണുകിടന്നാൽ അന്നതുമതി ബഹളത്തിന്. കൂട്ടത്തോടെ കരഞ്ഞ് ചങ്ങാതിമാരെയെല്ലാം വിളിച്ചു വരുത്തും. ആ തൂവലിന്റെ കാരണമറിയുന്നതുവരെ പിന്നെ ബഹളം തന്നെ. അപ്പോൾ കാണുന്ന നാട്ടുകിളികളെയെല്ലാം കൊത്തിയോടിക്കും. കാക്കപ്പട കേട്ടാൽ കാത്തുനില്ക്കരുതെന്നാ കിളികുലത്തിലെ പഴഞ്ചൊല്ല്. കിളിക്കുഞ്ഞുങ്ങൾ

ഉടനെ എങ്ങോട്ടെങ്കിലും പറന്നു പോകണമെന്നാണതിന്റെ അർത്ഥം. കൂട്ടത്തിൽ ആർക്കെന്തു ഭക്ഷണം കിട്ടിയാലും പരിസരത്തുള്ള കൂട്ടുകാരെ വിളിച്ചുവരുത്തും. ഭക്ഷണത്തിന്റെ പങ്കു കൊടുക്കാനാ അങ്ങനെ വിളിച്ചു വരുത്തുന്നത്. വരത്തന്മാരായതുകൊണ്ടുള്ള ശീലങ്ങളാ അതൊക്കെ. കാക്കകൾ വലിയ കൗശലക്കാരാണെന്നാ എല്ലാവരും പറയാറ്. പക്ഷേ, വകതിരിവില്ല. അതുകൊണ്ടാ കുഞ്ഞുങ്ങളുടെ കയ്യിൽനിന്നും അപ്പം കൊത്തിപ്പറിക്കുന്നത്. സ്ഥിരമായി കടപ്പുറത്തെ ഉപ്പുകാറ്റ് കൊണ്ടിട്ടാത്രേ അവയ്ക്ക് ബുദ്ധിക്ക് വകതിരിവില്ലാതായിപ്പോയത്." ചട്ടക്കാലത്തിപ്പുള്ള് കാക്കകളെ നിസ്സാരന്മാരാക്കിപ്പറഞ്ഞത് സിന്ദൂരത്തിന് തീരെ ഇഷ്ടമായില്ല.

"കാക്കകള് വലിയ കൗശലക്കാരാണെന്നാ ക്ലാസിൽ ടീച്ചർ പറഞ്ഞത്." കാക്ക കല്ല് പെറുക്കികൊണ്ടുവന്ന് പാത്രത്തിൽ നിന്നും വെള്ളം ഉയർത്തിയെടുത്ത് ദാഹം തീർത്ത കഥ സിന്ദൂരം ആവേശത്തോടെ ചട്ടക്കാലത്തിപ്പുള്ളിന് പറഞ്ഞുകൊടുത്തു. കഥ കേട്ട് ചട്ടക്കാലത്തിപ്പുള്ള് ഉറക്കെ ചിലച്ചു.

"അതൊക്കെ നേരും നെറിയുമുള്ള കാക്കകളുടെ കാലത്തെ കഥയല്ലെ. ഇന്നിപ്പോ പാത്രത്തിനടിയിലെ വെള്ളം കുടിക്കാൻ പാത്രം കൊത്തിപ്പൊട്ടിക്കുന്ന കാക്കപ്പിള്ളേരുടെ കാലമല്ലേ. കഥയിലെ നല്ല കാക്കയെ വിഢ്ഢിയെന്നോ ഭ്രാന്തിയെന്നോ ആണ് ഇപ്പോഴത്തെ കാക്കപ്പിള്ളേർ വിളിക്കുന്നത്. ഇനി കഥ പറയുമ്പോ ടീച്ചറോട് പറഞ്ഞ് കൊടുക്കണം. ആ കൗശല കഥ ഇപ്പോ വെറും വിഢ്ഢികാക്കയുടെ കഥയായി മാറിപ്പോയിരിക്കുന്നൂന്ന്." ചട്ടക്കാലത്തിപ്പുള്ള് വീണ്ടും ഉറക്കെ ചിലച്ചു.

പടിഞ്ഞാറ് വെയിൽ ചാഞ്ഞുതുടങ്ങി. പൂഴിമണ്ണിൽ അന്തിമാനത്തിന്റെ ചുവപ്പ് തെളിഞ്ഞുതുടങ്ങിയിരുന്നു. അമ്പലക്കാവിൽ കിളിക്കൂട്ടങ്ങൾ ആരവത്തോടെ ചേക്കേറിത്തുടങ്ങിയിരുന്നു. കുസൃതിക്കിളികൾ കൊക്കിൽ വന്നതൊക്കെ ചിലച്ചുകൊണ്ടിരുന്നു. മരത്തലപ്പത്തെ ഇലച്ചാർത്തുകളിൽ ഇരുളിന്റെ കറുത്ത തരികൾ വീണുതുടങ്ങി. സിന്ദൂരം ഓടിയും നടന്നും വീട്ടിലേക്ക് പോന്നു. ചട്ടക്കാലത്തിപ്പുള്ളിന്റെ കഥകൾ കേട്ടിരുന്നതാണ് നേരം വൈകാൻ കാരണമെന്നൊക്കെ അമ്മയോട്

പറഞ്ഞാൽ അമ്മ അതൊന്നും വിശ്വസിക്കില്ല. അമ്മയോടെ ന്തെങ്കിലും കളവുപറയുകയേ നിവൃത്തിയുള്ളൂ. കണക്കുപഠി പ്പിക്കുന്ന സുമതി ടീച്ചറിനോട് സംശയം ചോദിക്കാൻ നിന്ന താണെന്നും അങ്ങനെ നേരം വൈകിയെന്നുമൊക്കെ അമ്മ യോട് പറയാം. അതുകേൾക്കുമ്പോൾ അമ്മയ്ക്ക് സന്തോഷ മാകും. മിടുക്കിയെന്ന് നേരിൽ പറഞ്ഞില്ലെങ്കിലും മനസ്സുകൊ ണ്ടെങ്കിലും അമ്മ അഭിനന്ദിക്കും. ചട്ടക്കാലത്തിപ്പുള്ളിന്റെ ചങ്ങാത്തവും കഥപറച്ചിലുമൊന്നും അമ്മയെന്നല്ല ആർക്കും ഇഷ്ടമാവില്ല. വൈകിയെത്താനുള്ള ശരിയായ കാരണമറി ഞ്ഞാൽ അമ്മ വൈകുന്നേരത്തെ തിരിച്ചെത്തലിന്റെ സമയം കർശനമാക്കും. പിന്നെ കാര്യങ്ങളൊക്കെ കുഴഞ്ഞു മറിയും. ആർക്കും ഉപദ്രവമില്ലാത്ത ഒരു കള്ളം പറയാമെന്നുറച്ച് സിന്ദൂരം വീട്ടിലേക്കോടി. പുതിയ കാലത്തെ കാക്കകളെകുറിച്ച് ചട്ടക്കാലത്തിപ്പുള്ളിന്റെ ഭാവനയോർത്തപ്പോൾ അവൾ അറി യാതെ ചിരിച്ചുപോയി. കിളികുലക്കോട്ടയിലെ വിശേഷങ്ങൾ ഇനിയുമെത്രയോ കേൾക്കാനിരിക്കുന്നു. ചട്ടക്കാലത്തി പ്പുള്ളിനെ കാണാതെ അതൊന്നും അറിയാൻ കഴിയില്ല. അതു കൊണ്ട് അമ്മയെ ദേഷ്യം പിടിപ്പിക്കാതെ മുന്നോട്ട് പോകാതെ നിവൃത്തിയില്ല. ആവുമ്പോഴൊക്കെ ചട്ടക്കാലത്തിപ്പുള്ളിനെ മുട ങ്ങാതെ കണ്ടു കൊണ്ടിരിക്കണം. കിളികുലക്കോട്ടയിലെ രസ കരമായ കഥകൾ ആർക്കും പറഞ്ഞുകൊടുക്കാതെ പൊന്നിന്റെ വളപ്പൊട്ടായി മനസ്സിൽ സൂക്ഷിക്കണം. അങ്ങനെയെല്ലാം ഓർത്തും മനസ്സിലുറപ്പിച്ചും സിന്ദൂരം നീളൻ നിഴലുകൾ വീണു കിടന്ന ഇടവഴികളിലൂടെ ഓടിക്കൊണ്ടിരുന്നു. കിതപ്പിനിടയിലും ചട്ടക്കാലത്തിപ്പുള്ളിന്റെ വാക്കുകൾ അവളെ ചിരിപ്പിച്ചു. കണി യാൻ ചെമ്പോത്ത് എന്ന അവളുടെ പരിഹാസം ഓർത്തോർത്ത് സിന്ദൂരം കുതിപ്പിനൊപ്പം അവളറിയാതെ ചിരിച്ചുകൊണ്ടിരുന്നു.

നാല്

ഒരു ശനിയാഴ്ചയായിരുന്നു. സ്കൂളില്ലാത്ത ദിവസം. എന്തോ കാരണത്താൽ ട്യൂഷൻ ക്ലാസുമില്ല. ശനിയാഴ്ചതന്നെ

തിങ്കളാഴ്ചയിലേക്കുള്ള വീട്ടുകണക്കുകൾ ചെയ്തു വെക്കണം. എന്നാൽ ഞായറാഴ്ച മനസ്സമാധാനത്തോടെ കൂട്ടുകാരോടൊത്ത് സന്ധ്യമയങ്ങുന്നതുവരെ കളിക്കാം. അല്ലെങ്കിൽ കളികൾക്കിടയിലും മനസ്സിന് എപ്പോഴും ഒരു അലട്ടലുണ്ടാവും. ഞായറാഴ്ച കാലത്ത് മുറ്റമടിച്ചുവാരുന്നതും ചെടിച്ചെട്ടികളിലെ കളകൾ പറിക്കുന്നതുമെല്ലാം സിന്ദൂരത്തിന്റെ ജോലികളാണ്. നീളമുള്ള ഈർക്കിൽചൂലുകൊണ്ട് മുറ്റമടിക്കുമ്പോൾ അവൾ സ്വയം ഒരു ടീച്ചറായും മുമ്പിൽ തെറിച്ചും പറന്നും പോകുന്ന കരിയിലകളെല്ലാം ക്ലാസിലെ കുട്ടികളായും അവൾ സങ്കല്പിക്കും. വഴിതെറ്റിപ്പറക്കുന്ന കരിയിലകളെ അവൾ വികൃതിക്കുട്ടികളെയെന്നപോലെ ഗൗരവത്തോടെ ശാസിച്ചുകൊണ്ടിരിക്കും. അവസാനം എല്ലാവരും ഒന്നിച്ച് മുറ്റത്തൊരു മൂലയിൽ അടിക്കൂട്ടിലെത്തുമ്പോൾ ചാരിതാർത്ഥ്യത്തോടെ അവൾ നടുനിവർക്കും. പിന്നെ ഒരു ടീച്ചർ പഠിച്ചു വളരുന്ന സ്വന്തം കുട്ടികളോടെന്നപോലെ ആശ്വാസത്തോടെ അടിക്കൂട്ടിലേക്ക് നോക്കും. ഇർക്കിൽ ചൂലുകൊണ്ട് അടിക്കൂട്ടിനെ തലോടും. തനിക്കുപുറകിൽ മണൽത്തിട്ടകളിൽ തിരമാലകൾ വരച്ച വരകൾപോലെ മുറ്റത്ത് വീണുകിടക്കുന്ന ഈർക്കില്പാടുകൾ അവൾ ഒരു ചിത്രംകാണുന്ന കൗതുകത്തോടെ ആസ്വദിക്കും. അപ്പോഴവൾക്ക് വീട്ടുമുറ്റത്ത് ഒരു നല്ല ചിത്രം വരച്ച ആഹ്ലാദമുണ്ടാവും. മുറ്റമടിച്ചത് നന്നായെന്ന അമ്മയുടെ അഭിനന്ദനം കൂടി കിട്ടിക്കഴിയുമ്പോൾ മനസ്സ് മാനത്തുപറക്കും പോലെയാവും. പൂച്ചട്ടിയിലെ കളകൾ പറിച്ചുകളയുമ്പോൾ അവൾ ചെടികളോടും കളകളോടും സംസാരിക്കാറുണ്ട്. അവളുടെ ചോദ്യങ്ങൾക്ക് അവർ ഉത്തരം പറയുന്നതായി അവൾക്ക് തോന്നാറുമുണ്ട്. എത്രവെള്ളവും വളവും കൊടുത്താലും തെഴുക്കാത്ത ചെടികളെ അവൾ കളിയാക്കും. ഗ്രഹണിക്കാരിയെന്നാണ് അത്തരക്കാരെ അവൾ കളിയാക്കി വിളിക്കാറുള്ളത്. നുള്ളിയെടുത്ത് പുറത്തുകളയുന്ന കളകളുടെ ദയനീയമായ കിടപ്പുകാണുമ്പോൾ അവൾ സങ്കടപ്പെടും. സൗന്ദര്യം പോരാത്തതിന് ശിക്ഷിക്കപ്പെടുന്നവരാണവരെന്ന് അവൾ മനസ്സിൽ പറയുകയും ചെയ്യും. ക്ലാസിൽ ദാരിദ്ര്യംകൊണ്ട് സൗന്ദര്യമില്ലാ

തായിപ്പോയ കുട്ടികളെയും അവൾ അപ്പോൾ അറിയാതെ ഓർത്തുപോകും. ചട്ടികളിൽ വളരുന്ന ഭാഗ്യവാന്മാരെക്കുറിച്ചും പിഴുതെടുത്ത് ദൂരെ കളയുന്ന നിർഭാഗ്യവന്മാരായ കളകളെക്കുറിച്ചും കാടുകയറിയ ചിന്തകൾ അവളുടെ മനസ്സിലേക്ക് അപ്പോഴൊക്കെ നുഴഞ്ഞുകയറും. മനുഷ്യർ തന്നെയാണല്ലോ സ്വന്തം കുലത്തിലെ ഭാഗ്യവാന്മാരെയും നിർഭാഗ്യവാന്മാരെയും വേർതിരിക്കുന്നതെന്ന തിരിച്ചറിവിലാണ് ചിന്തകൾ അവസാനിക്കുക. ദൈവനിശ്ചയങ്ങളെപ്പോലും അവഗണിക്കുന്ന മനുഷ്യന്റെ തീരുമാനങ്ങളുടെ ഇരകളാണ് എപ്പോഴും കളകൾ. ഓരോരുത്തരുടെയും ഇഷ്ടാനിഷ്ടങ്ങൾ ചെടികളെയും കളകളെയും വേർതിരിക്കുന്നു. ചെടികൾ കളകളും കളകൾ ചെടികളുമാവുന്ന ഒരു കാലത്തെക്കുറിച്ചും അപ്പോൾ അവൾ ഓർത്തുപോയി. മുറ്റമടിച്ച് ഈർക്കിൽച്ചൂൽ കഴുകി വിറകുപുരയിൽ സൂക്ഷിച്ചു വെക്കുമ്പോൾ ഇന്നലെ ചട്ടക്കാലത്തിപ്പുള്ളു പറഞ്ഞ കഥകളത്രയും അവൾ ഒരിക്കൽകൂടി ഓർത്തു. മരക്കൊമ്പുകളിൽ ചിലച്ചും കരഞ്ഞും പാടിയും പറന്നും കളിക്കുന്ന കിളിക്കൂട്ടങ്ങൾക്കും സ്വന്തമായ സന്തോഷങ്ങളും ദു:ഖങ്ങളും പ്രതിസന്ധികളും നേട്ടങ്ങളുമൊക്കെയുണ്ടെന്നത് വലിയ അത്ഭുതത്തോടെ അവൾ ഓർക്കുകയായിരുന്നു. അന്നു മുഴുവൻ മനസ്സിലാകെ ചട്ടക്കാലത്തിപ്പുള്ളു പറഞ്ഞ കിളികുലത്തിലെ പുരാണ കഥകൾ കാഴ്ചകളായി നിറഞ്ഞുനിന്നു.

അഞ്ചാറ് ദിവസങ്ങൾ കഴിഞ്ഞാണ് പിന്നെയവൾ ചട്ടക്കാലത്തിപ്പുള്ളിനെ കണ്ടത്. അന്നൊരു ഞായറാഴ്ചയായിരുന്നു. സ്കൂളിൽ പോകുന്ന ഒരു പെൺകുട്ടിക്ക് ഒന്നും ചെയ്യാനില്ലാത്ത ഒരു വൈകുന്നേരം. സിന്ദൂരത്തിനെ അത്ഭുതപ്പെടുത്തിക്കൊണ്ട് ചട്ടക്കാലത്തിപ്പുള്ള് അവളുടെ വീടിന്റെ തെക്കെ തൊടിയിലെ പുന്നമരക്കൊമ്പിൽ പറന്നെത്തുകയായിരുന്നു. അവൾ കിളികുലക്കോട്ടയിലെ ഏറ്റവും പുതിയ വർത്തമാനങ്ങളുമായി എത്തിയിരിക്കുകയാണെന്ന് സിന്ദൂരത്തിന് ഉറപ്പായിരുന്നു. ഇനിയവൾ കിളികുലക്കോട്ടയിൽപോയി മടങ്ങുന്ന വഴിതന്നെയാണോ എന്നുമവൾ സംശയിച്ചു. അങ്ങനെയെങ്കിൽ ഇന്നവൾക്ക് വാതോരാതെ പറയാൻ ഒരുപാട് വിശേഷങ്ങളുണ്ടാവും. സിന്ദൂ

രത്തെ കണ്ടപാടെ ചട്ടക്കാലത്തിപ്പുള്ള് സന്തോഷംകൊണ്ട് നീട്ടിച്ചിലച്ചു. അതുകേട്ടതും അടുക്കളയിലായിരുന്ന അമ്മയും ഉമ്മറത്തിരിക്കുകയായിരുന്ന മുത്തശ്ശിയും മൂന്ന് പ്രാവശ്യം അവജ്ഞയോടെ നീട്ടിത്തുപ്പി പ്രാക്കുതീർത്തു. സിന്ദൂരത്തിന് ഉറക്കെ ചിരിക്കാനാണ് തോന്നിയത്. കാലം എത്രയോ മാറിയെങ്കിലും അമ്മയും മുത്തശ്ശിയും ഇപ്പോഴും ആ പഴയകാലത്തു തന്നെയാണ്. പുള്ള് ചിലച്ചാൽ ലക്ഷണക്കേടെന്ന വിശ്വാസം അവർക്ക് രണ്ടുപേർക്കും ഇപ്പോഴുമുണ്ട്. ആ കാലപ്പഴക്കമുള്ള വിശ്വാസത്തിനും സത്യത്തിന്റെ എന്തെങ്കിലും അടിത്തറ കാണുമെന്ന് ഒരു നിമിഷം സിന്ദൂരത്തിന് തോന്നി. ചട്ടക്കാലത്തിപ്പുള്ള് പുന്നമരത്തിന്റെ ഒരു ഇരുണ്ട കൊമ്പിൽ വയ്യാത്ത കാലും നീട്ടിയിരിക്കുകയായിരുന്നു.

"ഒരു കാര്യം ചോദിക്കാൻ മറന്നു. അന്നു വൈകുന്നേരം നേരം ഇരുട്ടുന്നതുകണ്ട് ചോദിക്കാൻ മറന്നതാ." സിന്ദൂരം ധൃതിയിൽ പുന്നമരച്ചോട്ടിലേക്ക് നടക്കുന്നതിനിടയിൽ പറയുകയായിരുന്നു.

"കണിയാൻ ചെമ്പോത്ത് എന്നത് കളിയാക്കി വിളിക്കുന്നതാണോ?"

"പകുതി കളിയായും പകുതി കാര്യമായും വിളിക്കുന്നതാ. കിളികുലത്തിൽ എണ്ണത്തിൽ ഏറെ കുറവുള്ളവരാ ചെമ്പോത്ത്. കാവിവസ്ത്രം ധരിച്ച് സന്യാസിമാരെപ്പോലെ നടക്കുന്നവർ. സ്വഭാവത്തിൽ ശാന്തശീലരാണവർ. ആവശ്യത്തിനേ ഒന്നു കുറുകുകപോലുമുള്ളൂ. തീക്കനലുണ്ണുകയും നിലാവ് കുടിക്കുകയും ചെയ്യുന്നവരെന്നാ കിളിപുരാണങ്ങൾ അവരെപ്പറ്റി പറയുന്നത്. കിളികുലത്തിന് വരാൻപോകുന്ന അപകടങ്ങളെക്കുറിച്ച് മുന്നറിവു നല്കുന്നവരെന്ന നിലയ്ക്കാണ് ചെമ്പോത്ത് കാരണവരെ കണിയാൻ ചെമ്പോത്ത് എന്നു വിളിക്കുന്നത്. പണ്ടുകാലത്തേ കിളികുലം കാരണവരായ ചെമ്പോത്തിന്റെ വാക്കുകൾക്ക് ഗൗരവമായി ചെവികൊടുക്കുമായിരുന്നു. കാര്യങ്ങൾ പ്രവചിക്കുന്നതിന് മുമ്പ് കണിയാൻ ചെമ്പോത്തിന് കണ്ണുകളടച്ച് കൊക്ക് നെഞ്ചിൽ ചേർത്ത് ഒരു തപസ്സുപോലെ കുറച്ചുനേരം ഒരു ഇരിപ്പുണ്ട്. ആ ഇരിപ്പു കഴിഞ്ഞാൽ കണിയാൻ ചെമ്പോത്ത് പറയുന്നതെല്ലാം ഫലിക്കുമെന്നാണ് കിളികുല

ത്തിന്റെ വിശ്വാസം. കണിയാൻ ചെമ്പോത്ത് കൊടുങ്കാറ്റും പേമാരിയും പ്രവചിച്ചാൽ കിളിക്കൂട്ടങ്ങൾ നേരവും കാലവും നോക്കാതെ കൂടണയും. പണ്ടൊക്കെ കണിയാൻ ചെമ്പോത്തിന്റെ പ്രവചനങ്ങൾ ഒരിക്കൽപ്പോലും ഫലിക്കാതെ വന്നിട്ടില്ലത്രെ. വിശ്വാസമുള്ളവർ കണിയാൻ ചെമ്പോത്തിനോടു ചോദിക്കാതെ ഒരു നല്ല കാര്യവും ചെയ്യില്ല. ചിലർ കണിയാൻ ചെമ്പോത്തിനോട് ചോദിച്ചേ പുതിയ കൂടുപോലും വെക്കൂ. കൂടുവെക്കുമ്പോൾ അകാലത്തിൽ നിലംപൊത്താനിടയുള്ള മരങ്ങൾപോലും കണിയാൻ ചെമ്പോത്ത് കാണിച്ചുകൊടുക്കുമത്രേ. പക്ഷേ, ഇപ്പോഴത്തെ ചെറുവാല്യക്കാരൊന്നും കണിയാൻ ചെമ്പോത്തിന്റെ പ്രവചനം വിശ്വസിക്കുന്നവരല്ല. അവർ കണിയാൻ ചെമ്പോത്തിനെ കേൾക്കെയും കേൾക്കാതെയും കളിയാക്കുന്നവരാണ്. കനലുതിന്നുന്നവനെന്നും നിലാവ് കുടിക്കുന്നവനെന്നും പരിഹസിക്കും. കനലുതിന്നാൻ നാലാളു കൂടുന്നേടുത്തുവെച്ച് അവർ കണിയാൻ ചെമ്പോത്തിനെ പരിഹാസത്തോടെ വെല്ലുവിളിക്കും. അതുകൊണ്ട് കുരുവിപ്പിള്ളേരെ കാണുമ്പോൾ കണിയാൻ ചെമ്പോത്ത് ഇരിക്കുന്ന മരപ്പൊത്തിൽനിന്നും പുറത്തിറങ്ങില്ല. മരപ്പൊത്തിൽ പതുങ്ങി ഒളിച്ചിരിക്കുകയേ ഉള്ളൂ. ഇനിമേലിൽ കിളികുലത്തിന്റെ ഒരു കാര്യത്തിലും ഇടപെടില്ലെന്ന് ദേഷ്യം വരുമ്പോൾ കണിയാൻ ചെമ്പോത്ത് പ്രഖ്യാപിക്കും. പക്ഷേ, കിളികുലത്തിൽ ഗൗരവമുള്ള കാര്യങ്ങൾ വരുമ്പോൾ എല്ലാംമറന്ന് ഇടംവലം നോക്കാതെ ഇടപെടുകയും ചെയ്യും. കിളികുലക്കോട്ടയിൽ വിളിക്കാതെ വിരുന്നുകാരായെത്തിയ സായിപ്പുപക്ഷികൾ കിളികുലത്തെ മുടിക്കുമെന്ന് കണിയാൻ ചെമ്പോത്ത് ഒരിക്കൽ വെട്ടിത്തുറന്ന് പറഞ്ഞെന്നാണ് കേട്ടത്. ജഡായു കോവിലിന്റെ മുമ്പിൽ നീലപ്പുഴയിൽ മുങ്ങിക്കുളിച്ചെത്തിയ കണിയാൻ ചെമ്പോത്ത് ഒരു വെളിച്ചപ്പാടിനെപ്പോലെ ഉറഞ്ഞു തുള്ളുകയായിരുന്നത്രേ. അപ്പോൾ സ്വതവേ ചുവന്ന കണിയാൻ ചെമ്പോത്തിന്റെ കണ്ണുകൾ തീക്കനൽ പോലെ ചുട്ടു പഴുത്തിരുന്നുവെന്നും കണ്ടുനിന്നവർ പറഞ്ഞു. കാവിയും കറുപ്പും കലർന്ന ശരീരത്തിൽ തൂവലുകൾ അമ്പുകൾ പോലെ എഴു

ന്നുനിന്നിരുന്നുവെന്നാണ് കണ്ടുനിന്നവർ പറഞ്ഞത്. കണിയാൻ ചെമ്പോത്തിന്റെ അരുളപ്പാട് കണ്ട ചില കുഞ്ഞാറ്റക്കിളികൾ പേടിച്ച് വിറച്ച് ഒന്നുരണ്ടുദിവസം പനിച്ചുകിടന്നുപോകണമെങ്കിൽ കാര്യം നിസ്സാരമല്ലെന്ന് ഉറപ്പാണ്. കണിയാൻ ചെമ്പോത്തിന്റെ അരുളപ്പാട് കണ്ട് പരിഹസിച്ചവരുമുണ്ട്. കിളികുലത്തിലെ ചെറുപ്പക്കാരിൽ മിക്കവരും അക്കൂട്ടത്തിലുണ്ടാകും."

"എല്ലാകാലത്തും കൊക്കിൽ വെക്കാൻ കൊള്ളാത്ത ഞാവൽ പഴവും പഴുത്തളിഞ്ഞ ഉറുമാമ്പഴവും കാരക്കായുമൊക്കെ തിന്ന് ജീവിതം നശിപ്പിക്കാൻ ഇനിയും ഞങ്ങൾക്കാവില്ല. ചവർക്കുന്ന ഞാറപ്പഴം തിന്നതിന്ന് നാവു മരവിച്ച് മറ്റൊന്നിന്റെയും സ്വാദുപോലും അറിയാതായി. സായിപ്പുപക്ഷികൾ അവരുടെ നാട്ടിലെ മുന്തിരിതോട്ടങ്ങളുടെ കഥപറയുമ്പോൾ വായിൽ ഓരോ കിളിക്കും കപ്പലോടിക്കാൻ വെള്ളമുണ്ടാവും. എന്നിട്ടെന്ത് കാര്യം. അവരുടെ കഥകേട്ട് നുണയ്ക്കാം." സ്വതവേ ശണ്ഠക്കാരനായ ഒരു തത്തകുമാരനുണ്ട്. അവനാണ് പറയുന്നത്. അവൻ കിളികുലക്കോട്ട വിട്ട് ഒരിക്കലും എങ്ങോട്ടും പോവാത്തവനാണ്. അദ്ധ്വാനിച്ച് ഇരതേടുന്ന ശീലം ഇന്നേവരെ അവനില്ല. ഒന്നും കിട്ടിയില്ലെങ്കിൽ നാലുനേരവും പുഴവക്കത്തെ തിനക്കതിർ തിന്ന് അവനങ്ങ് കഴിയും. എന്തിനേയും ആദ്യം എതിർത്ത് സംസാരിക്കുന്നത് അവന്റെയൊരു ശീലമാണ്. ശണ്ഠകുമാരൻ എന്നു പറഞ്ഞാലേ അവനെ കിളികുലത്തിൽ അറിയൂ. എല്ലാവരോടും എന്തിനും ശണ്ഠകൂടുന്നത് അവനൊരു രസമാണത്രേ. എത്ര ശണ്ഠകൂടിയാലും അപ്പോൾ തന്നെ എതിരാളിയുമായി ഇണങ്ങുകയും ചെയ്യും. ശത്രുതയെന്തെന്ന് സത്യത്തിൽ അവനറിയില്ല. തത്തകുമാരന്റെ മനസ്സും പ്രകൃതവും അങ്ങനെയൊക്കെയാണെങ്കിലും അവന്റെ ഇണതത്തയാവാൻ കിളികുലത്തിൽ ഇന്നേവരെ ഒരുത്തിയേയും കിട്ടിയിട്ടില്ല. പെൺതത്തകളെല്ലാം പറയുന്നത് അവർക്ക് ശണ്ഠകുമാരനെ സഹിക്കാൻ കഴിയില്ലെന്ന് തന്നെയാണ്. പൊതുവായ ഏതൊരഭിപ്രായത്തെയും എതിർക്കുന്ന അവന്റെ സ്വഭാവം ഒരിക്കലും മാറില്ലെന്നാണ് എല്ലാവരും പറയുന്നത്. അവൻ സ്വഭാവത്തിൽ അങ്ങനെയാണെന്ന് എല്ലാവർക്കുമറിയാം. "അവന്റെ

ചില ന്യായങ്ങൾ കേൾക്കുമ്പോൾ കിളികുലക്കോട്ടയെ സ്നേഹിക്കുന്ന ഏത് കിളിക്കും ചൊറിഞ്ഞുകയറും." ചട്ടക്കാലത്തിപ്പുള്ളിന്റെ കണ്ണുകളിൽ ശണ്ഠകുമാരനോടുള്ള നീരസം ഒരു കെടാത്തിരിയായി കത്തിനിന്നത് സിന്ദൂരം കാണുന്നുണ്ടായിരുന്നു.

"എന്നു തുടങ്ങിയതാ വിവരംകെട്ട ഇവറ്റകൾക്ക് ഈ മധുരിക്കുന്ന മുന്തിരിപ്രേമം? കിളികുലക്കോട്ടയിൽ സായിപ്പ് പക്ഷികൾ വന്നതിൽപ്പിന്നെയല്ലേ?. അതുവരെ കിളികുലക്കോട്ടയിലെ ചവർക്കുന്ന ഞാവൽ പഴവും ചീഞ്ഞളിഞ്ഞ ഉറുമാമ്പഴവുമൊക്കെ തിന്നല്ലേ കഴിഞ്ഞത്. ഇത്രയും മുന്തിരിതോട്ടമുള്ള സായിപ്പുമാരെന്തിനാ നീലപ്പുഴേലെ കണ്ണിക്കാനെ തിന്നാൻ സ്വർഗ്ഗരാജ്യം വിട്ടുപോന്നത്? ആലോചിക്കുന്നുണ്ടോ ഈ ശണ്ഠകുമാരനെപ്പോലെ വിവരംകെട്ടവർ? പുഴഞാവൽ മരത്തിന്റെ ചുവട്ടിൽ കണ്ണിക്കൻമുള്ള് കുന്നുപോലെ കൂടിക്കിടക്കുന്നുണ്ടത്രേ. ശരിക്ക് പുഴയിൽ മുങ്ങി മീൻ പിടിക്കാനറിയാവോ ഈ കിരീടംവെച്ച സായിപ്പന്മാർക്ക്. അതൂംല്ല. കിളികുലക്കോട്ടയിലെ മീൻകള്ളത്തി പക്ഷികള് മുങ്ങുന്ന സ്ഥലംനോക്കി മുങ്ങും. ഒരു നൂറുവട്ടം മുങ്ങിയാലേ ഒരു കണ്ണിക്കാനെകിട്ടൂ. ഇപ്പോ ആ മീൻകള്ളത്തിപാറുവിനെ വശീകരിച്ച് കൂടെ കൂട്ടിയിട്ടുണ്ടത്രേ. അവളൊരു മന്ദബുദ്ധിയാ. ഒന്നിനും ഒരു വകതിരിവുമില്ല. അപ്പപ്പോ കാണുന്നവനെ അപ്പാന്നു വിളിക്കുന്ന സ്വഭാവം. അതാ മുന്നും പിന്നും ആലോചിക്കാതെ സായിപ്പന്മാർക്ക് വാലാട്ടിയായി നടക്കുന്നത്. മീൻകള്ളത്തി പാറുവിന് പഴയതുപോലെ മുങ്ങാംകുഴിയിട്ട് മീൻപിടിക്കാനൊന്നും ഇപ്പോൾ സാധിക്കുന്നില്ല. തള്ളയായില്ലേ. എങ്കിലും നീലപ്പുഴയിൽ മീനുള്ള ഇടങ്ങൾ അവളെപ്പോലെ മറ്റാർക്കും അറിയില്ല. സായിപ്പുപക്ഷികൾ മുങ്ങിപ്പിടിക്കുന്ന മീനിന്റെ പങ്കുപറ്റിയാണത്രേ മീൻകള്ളത്തി പാറു ഇപ്പോൾ ജീവിതം കഴിക്കുന്നത്. കിളികുലത്തെ മാനം കെടുത്താൻ ഓരോരോ ജന്മങ്ങള്. അവളിപ്പോ നാടായ നാടൊക്കെ സായിപ്പ് പക്ഷികളുടെ ചങ്ങാതിയാണെന്ന് മേനി പറഞ്ഞ് നടക്കാണത്രേ. ഏത് കൂട്ടത്തിലും ഏതു കാലത്തും ഇങ്ങനെ ഓരോന്നുണ്ടാവും. വിഡ്ഢിവേഷം കെട്ടാൻ." ചട്ടക്കാലത്തിപ്പുള്ളിന്റെ കൺപോളകൾ കോപംകൊണ്ട് അടഞ്ഞും

തുറന്നും കൊണ്ടേയിരുന്നു.

"ഈ കാക്കകളും സായിപ്പുപക്ഷികളെപ്പോലെ വരത്തമ്മാരാണെന്ന് ഇന്നലെ ക്ലാസിൽ മാഷും പറഞ്ഞു." സിന്ദൂരം പെട്ടെന്ന് ഓർമ്മയിൽ വന്നതുപോലെ പറഞ്ഞുതുടങ്ങി. "അങ്ങ കലെ കടലിൽ എവിടെയോ കാക്കകളുടേതുമാത്രമായ ഒരു ദ്വീപുണ്ടായിരുന്നത്രേ. അവിടെ എത്രയോ കൊല്ലങ്ങൾക്ക് മുമ്പ് ഒരു വലിയ അഗ്നിപർവ്വതം പൊട്ടിയെന്നും അപ്പോൾ അവിടെ നിന്നും കൂട്ടത്തോടെ പാലായനം ചെയ്ത കാക്കകളാണ് നമ്മുടെ നാട്ടിൽ എത്തി മുട്ടയിട്ട് പെരുകിയതെന്നുമൊക്കെയാണ് മാഷ് പറഞ്ഞത്. ഇപ്പോൾ കാക്കകളില്ലാത്ത നാട് എന്നാണത്രേ ആ ദ്വീപ് അറിയപ്പെടുന്നത്. അഗ്നിപർവ്വതത്തെക്കുറിച്ചുള്ള പേടികൊണ്ട് കാക്കകളൊന്നും പിന്നീട് ആ ദ്വീപിലേക്ക് തിരിച്ചുപോയില്ലത്രേ. വരത്തന്മാരായതുകൊണ്ടാണത്രേ കാക്കകൾ ഇപ്പോഴും യോജിപ്പോടെ കൂട്ടമായി ജീവിക്കുന്നത്. ലങ്കയ്ക്ക് തീപിടിച്ച കഥയൊന്നും മാഷ്ക്കറിയില്ല." സിന്ദൂരത്തിന്റെ കഥപറച്ചിൽ ചട്ടക്കാലത്തിപ്പുള്ളിന് വലിയ ഇഷ്ടമായി.

"എവിടുന്നുവന്നാലും കാക്കകൾ വരത്തന്മാർ തന്നെയാണെന്ന കാര്യത്തിൽ തർക്കമില്ലല്ലോ. അതുകൊണ്ടാ അവർ ശവംതീനികളായത്. പട്ടിണിക്കാലത്ത് ശവംതിന്ന് ശീലിച്ചതുകൊണ്ടാവും." ചട്ടക്കാലത്തിപ്പുള്ളിന് ശവംതീനികളായ കാക്കക്കൂട്ടത്തെ വലിയ ഇഷ്ടമൊന്നുമില്ലെന്ന് ആ വാക്കുകൾ കേട്ടപ്പോൾ സിന്ദൂരത്തിന് മനസ്സിലായി. അവൾ മനസ്സിൽ ഊറിച്ചിരിച്ചു.

"കാക്കകളുടെ കൂട്ടത്തിലും രണ്ടുതരക്കാരുണ്ട്. ബലിക്കാക്കയും കടൽകാക്കയും. രൂപത്തിലും പെരുമാറ്റത്തിലും അവർ തമ്മിൽ വ്യത്യാസവുമുണ്ട്. ബലികാക്കകൾ കുറച്ചുകൂടി പക്വതയും അച്ചടക്കവുമുള്ളവരാണ്. ചിലപ്പോൾ ലങ്കയിൽനിന്നും രാമേശ്വരം വഴി വന്നവർ അവരായിരിക്കും. കടൽകാക്കകൾ മാഷ് പറഞ്ഞ ദ്വീപിൽനിന്നും വന്നവരാകാം. രാമേശ്വരക്കാരയതുകൊണ്ടാവും മരിച്ചവരുടെ പ്രതിനിധികളായി മനുഷ്യരിൽ ചിലർ അവരെ സങ്കല്പിക്കുന്നത്."

സിന്ദൂരത്തിന്റെ മനസ്സ് കുറേനേരം കാക്കകളെക്കുറിച്ചുള്ള കൗതുകകരമായ ചിന്തകളിൽ കുരുങ്ങിക്കിടന്നു. ചട്ടക്കാലത്തി

പ്പുള്ള് പിന്നെയൊന്നും പറയാതെ അകലേക്കെങ്ങോ പറന്നു പോയി. പറക്കുമ്പോൾ അവളുടെ വയ്യാത്ത കാല് താഴോട്ട് തൂങ്ങിക്കിടക്കുന്നതു കണ്ടപ്പോൾ സിന്ദൂരത്തിന് വല്ലാത്ത സങ്കടം തോന്നി. സ്വന്തക്കാരുടെ കൂടുകൾ അക്രമികളിൽനിന്നും സംരക്ഷിക്കാനുള്ള പോരാട്ടത്തിൽ സ്വന്തം കാല് നഷ്ടപ്പെട്ട ചട്ടക്കാലത്തിപ്പുള്ളിനെക്കുറിച്ച് അത്ഭുതത്തോടെ അവൾ ഓർത്തു. ഒന്നിച്ച് കളിക്കുമ്പോൾ വീണുപരിക്കുപറ്റുന്നവരെ പ്പോലും തിരിഞ്ഞുനോക്കാതെ ഇട്ടേച്ചുപോകുന്ന തന്റെ കൂട്ടു കാരെക്കുറിച്ചാണ് അപ്പോൾ അവൾ ഓർത്തുപോയത്. തന്റെ കൂട്ടുകാരിൽ ചിലരെങ്കിലും പൊങ്ങച്ചങ്ങൾക്ക് പുറകെ ഓടു ന്നവരായുണ്ടല്ലോ എന്നും അപ്പോൾ അവൾ ഓർത്തു. സ്വന്തം മുടിക്ക് തീകൊടുത്ത് ചുറ്റികകൊണ്ട് തല്ലിക്കെടുത്തുന്നവരെ ക്കുറിച്ച് ഇന്നലെ ക്ലാസിൽ രാജീവൻ മാഷ് പറഞ്ഞത് ഇക്കൂട്ട രെക്കുറിച്ചായിരിക്കും. മനസ്സിൽ ചട്ടക്കാലത്തിപ്പുള്ള് വരച്ചിട്ട കിളികുലക്കോട്ടയും അവിടെ വിരുന്നുകാരായെത്തിയ അഹ ങ്കാരികളായ സായിപ്പുപക്ഷികളും തെളിമയുള്ള ചിത്രങ്ങളായി നിറഞ്ഞു നിന്നു. വീട്ടുവളപ്പിലെ മരച്ചില്ലകളിൽ സൂര്യൻ വെളി ച്ചത്തിന്റെ കിളിക്കൂടുകൾ കൂട്ടിയിരിക്കുന്നത് ആസ്വദിച്ചുകൊണ്ട് സിന്ദൂരം കുറേ നേരം തൊടിയിലൂടെ നടന്നു. ചട്ടക്കാലത്തി പ്പുള്ള് എങ്ങോട്ടായിരിക്കും ധൃതിയിൽ പറന്നുപോയതെന്നും അപ്പോഴവൾ ഓർത്തു. ചിലപ്പോഴത് കിളികുലക്കോട്ടയിലേ ക്കുള്ള യാത്രയാവാമെന്നും അപ്പോൾ അവൾക്ക് തോന്നി.

അഞ്ച്

മദ്ധ്യവേനലവധിക്ക് സ്കൂൾ അടയ്ക്കുമ്പോഴാണ് എല്ലാ വർഷവും സിന്ദൂരം മാമന്റെ വീട്ടിലും കുഞ്ഞമ്മയുടെ വീട്ടിലു മൊക്കെ പോയി താമസിക്കാറുള്ളത്. മാമന്റെ വീട്ടിൽ പോകാനും ദിവസങ്ങളോളം താമസിക്കാനുമൊക്കെ അവൾക്ക് എന്തെന്നില്ലാത്ത കൊതിയാണ്. മുത്തശ്ശി ഇപ്പോൾ അവിടെ യാണുള്ളത്. തനി നാട്ടുമ്പുറത്താണ് മാമന്റെ വീട്. അമ്മയുടെ തറവാട് വീടാണത്. മൂന്ന് ഭാഗവും നല്ല പച്ചപ്പുള്ള വയലാണ്.

വീടിനുമുമ്പിൽ എപ്പോഴും വെള്ളം നിറഞ്ഞു നില്ക്കുന്ന കല്ലു കെട്ടിപ്പടുത്ത കുളം. വെണ്ണക്കല്ലുകൾ പാകിയ കല്പടവുകളിലൊന്നിൽ കുളത്തിലെ ഇളം ചൂടുള്ള വെള്ളത്തിലേക്ക് കാലും നീട്ടിയിരുന്നു പഴയകഥകൾ പറയുന്ന മുത്തശ്ശിയെ അവൾ എപ്പോഴും സ്വപ്നത്തിൽ കാണാറുണ്ട്. മുത്തശ്ശിക്ക് ഇപ്പോഴും പുതിയ വേഷങ്ങളൊന്നുമില്ല. വീതിക്കരയുള്ള ഒരു മേൽമുണ്ട്കൊണ്ട് മേലാകെ പുതയ്ക്കും. കഴുത്തിൽ കറുത്ത ചരടിൽ കോർത്ത ഒരു പൊന്നേലസ്സ്. ഏലസ്സ് കാഴ്ചയിൽ ഒരു വിരൽ വലിപ്പമുള്ളതാണെങ്കിലും തീർത്തും പൊന്നല്ലെന്നാണ് മുത്തശ്ശി പറഞ്ഞിട്ടുള്ളത്.

"അരക്കിൽ പൊന്നു പൊതിഞ്ഞതാ മോളേ. ഞങ്ങളെ കാലത്തൊക്കെ അരക്കിൽ പൊന്നുപൊതിഞ്ഞ ഏലസ്സാ വലിയ ആഭരണം. വല്യ കോടീശ്വരന്മാർക്ക് ആമാടയും ആമാടപ്പെട്ടിയുമൊക്കേണ്ടാവും." അങ്ങനെ പറയുമ്പോൾ മുത്തശ്ശിയുടെ മെലിഞ്ഞ വിരലുകൾ കൊണ്ട് പൊന്നേലസ്സിന്റെ കറുത്ത ചരടിൽ തിരുപ്പിടിപ്പിക്കും. മധുരിക്കുന്ന പഴയ ഓർമ്മകൾക്ക് മനസ്സിന്റെ വാതായനങ്ങൾ തുറന്നിട്ടുകൊടുക്കുന്നതുപോലെ ചുളിവുകളും വരകളും വീണ ആ മുഖം അപ്പോൾ തെളിയും. അമ്മയുടെ തറവാട്ട് വീടിന് പുറകിൽ ഇടതൂർന്ന മരങ്ങളുള്ള ഒരു കാവുണ്ട്. ഒരു കാലത്തും മനുഷ്യന്മാർ സാധാരണയായി കടന്നുചെല്ലാത്ത ഇടതൂർന്ന ഒരു കൊച്ചുകാട്. കാടിനുള്ളിൽ ചന്ദനമരം വരെയുണ്ടെന്ന് അമ്മ പറഞ്ഞു കേട്ടിട്ടുണ്ട്. അമ്മയുടെ കുട്ടിക്കാലത്ത് ഒരിക്കൽ കാവിലെ ചന്ദനം പൂത്തത് അമ്മയ്ക്കോർമ്മയുണ്ടത്രേ. മരപ്പൊത്തുകളിൽ ഒളിഞ്ഞിരിക്കുന്ന ഉഗ്രവിഷമുള്ള കരിനാഗങ്ങളെ പേടിച്ച് കാടിനുള്ളിലേക്ക് മരം മുറിക്കാനും വിറകെടുക്കാനുമൊന്നും ആരും കടന്നുചെല്ലാറില്ല. കാവിനുള്ളിൽ ഇരുമ്പുകൊണ്ടുള്ള ആയുധങ്ങൾ കടത്തരുതെന്ന ഒരു വിശ്വാസവുമുണ്ടത്രേ. അതുകൊണ്ട് കാവിനുള്ളിൽ വൻമരങ്ങളൊക്കെ ഇന്നും മുറിയ്ക്കപ്പെടാതെ നൂറ്റാണ്ടുകളായി ജീവിക്കുന്നു.. ഉത്തമമായ അത്തരം വിശ്വാസങ്ങളെ അന്ധവിശ്വാസമെന്ന് വിളിക്കുന്നതാണ് യഥാർത്ഥത്തിൽ തെറ്റ് എന്നും അപ്പോൾ സിന്ദൂരം ഓർക്കുകയായിരുന്നു. ചട്ടക്കാലത്തിപ്പുള്ള് കിളികുലക്കോട്ടയെക്കുറിച്ചു പറയുമ്പോഴൊക്കെ ആദ്യമാദ്യം

പുതുപ്പണം കോട്ടയെന്നും തലശ്ശേരിക്കോട്ടയെന്നുമൊക്കെ ക്ലാസിൽവെച്ച് കേൾക്കുമ്പോഴുള്ള ചിത്രമാണ് സിന്ദൂരത്തിന്റെ മനസ്സിൽ തെളിയാറുള്ളത്. പഴയകാലത്ത് രാജ്യം ഭരിച്ചിരുന്ന രാജാക്കന്മാരും നാടുവാഴികളുമൊക്കെ ശത്രുക്കളിൽ നിന്നും രാജ്യത്തെ രക്ഷിക്കാൻവേണ്ടി കെട്ടിയുണ്ടാക്കിയ കോട്ടകളായിരുന്നു അതൊക്കെ എന്നറിയാം. പലതരം മരങ്ങൾ ഇടതൂർന്ന് വളർന്നു നില്ക്കുന്ന കാവുകൾക്ക് നാട്ടുമൊഴിയിൽ കോട്ടയെന്ന് പേരുണ്ടെന്ന് മാഷ് പറഞ്ഞപ്പോഴാണ് അറിഞ്ഞത്. അധികവും ക്ഷേത്രങ്ങളോട് ചേർന്നു കിടക്കുന്ന ചെറിയ വനപ്രദേശങ്ങളാണത്. പാമ്പുകളുടെയും പറവകളുടെയും ആവാസ കേന്ദ്രമാണ് കാവുകൾ എന്നുകൂടി മാഷ് പറഞ്ഞിരുന്നു. അമ്മയുടെ തറവാട്ടുകാവിലെ നാഗ പ്രതിഷ്ഠയെക്കുറിച്ചും നാഗപൂജയെക്കുറിച്ചുമൊക്കെ പറഞ്ഞുതന്നത് മുത്തശ്ശിയാണ്. കാവുകൾക്ക് കാവലിരിക്കുന്ന സത്യമുള്ള കരിനാഗങ്ങളെക്കുറിച്ച് പറയുമ്പോൾ മുത്തശ്ശിയുടെ കണ്ണുകളിൽ ഭയംകലർന്ന ഭക്തിയുണ്ടായിരുന്നു.

"നാഗങ്ങളെ ദ്രോഹിച്ചാൽ കുലം മുടിഞ്ഞുപോകും." മുത്തശ്ശിയുടെ വാക്കുകൾ വിറയാർന്നതായിരുന്നു. ആ ഭയം കലർന്ന വിശ്വാസത്തിലാണ് അമ്മയുടെ തറവാട്ട് വളപ്പിൽ മരങ്ങളും നാഗങ്ങളും ഇന്നും മനുഷ്യരാൽ ആക്രമിക്കപ്പെടാതെ ധൈര്യമായി കഴിഞ്ഞുപോകുന്നത്. മുത്തശ്ശിയുടെ വിശ്വാസം ഒരിക്കലും ഒരു അന്ധവിശ്വാസമല്ലെന്നുകൂടി അപ്പോൾ സിന്ദൂരം ഓർത്തു. അത് ഏറ്റവും ശരിയായ ഒരു വിശ്വാസംതന്നെയെന്ന് അവൾ മനസ്സിൽ പറഞ്ഞു.

കിളികുലക്കോട്ടയിൽ പക്ഷികളല്ലാതെ നാഗങ്ങൾ തീരെയില്ലെന്ന് ചട്ടുകാലത്തിപ്പുള്ള് എപ്പോഴോ പറഞ്ഞിരുന്നു. ഗരുഡനെ ഭയന്ന് നാഗങ്ങൾ കിളികുലക്കോട്ടയുടെ നാലയലത്തുപോലും ചെല്ലാറില്ലത്രേ. നീലപ്പുഴ നീന്തി കിളികുലക്കോട്ടയിലെത്താൻ നാഗങ്ങൾക്ക് എളുപ്പം സാധിക്കുകയുമില്ല. നീലപ്പുഴയുടെ പടിഞ്ഞാറെ കരയിൽ നിന്നും ഉച്ചത്തിൽ കൂകിവിളിച്ചാൽ കേൾക്കുന്നത്ര ദൂരത്തിലാണ് കിളികുലക്കോട്ട. കണ്ടലും പുഴഞ്ഞാവെലും ഇടതൂർന്ന് വളർന്നു നില്ക്കുന്ന എപ്പോഴും തണുപ്പുള്ള ചതപ്പുനിലം. മീൻകള്ളത്തികളും മൈനകളും ഓല

വാലന്മാരും കാക്കത്തമ്പുരാട്ടിമാരും കുയിലുകളുമൊക്കെയാണ് കിളികുലക്കോട്ടയിലെ സ്ഥിരതാമസക്കാർ. ചെറുമരങ്ങളുടെ ചില്ലകളിൽ കായ്കൾപോലെ തൂങ്ങിയാടുന്ന നാരുകൊണ്ടുണ്ടാക്കിയ കിളിക്കൂടുകൾ മുത്തശ്ശിക്കാതുകളിലെ തോടകൾ പോലെ എപ്പോഴും ആടിക്കൊണ്ടിരിക്കും. സന്ധ്യാനേരത്ത് അസ്തമയസൂര്യന്റെ ചുവന്ന രശ്മികൾ വീണുകിടക്കുന്ന പുഴവെള്ളത്തിൽ മുഖം നോക്കുന്ന കുരുവിക്കുഞ്ഞുങ്ങൾ. ഇരുട്ടുവീണ പുഴവെള്ളത്തിൽ മുങ്ങിക്കുളിച്ച് ചിറക് കുടഞ്ഞ് ഞാവൽ കൊമ്പുകളിൽ ചേക്കേറുന്ന കിളിക്കൂട്ടങ്ങൾ, കൊക്കിൽ തോന്നിയതെല്ലാം ചറപറാ ചിലച്ചുകൊണ്ടിരിക്കും. മിത ഭാഷികളായ പരുന്തും പ്രാപ്പിടിയനും വേഴാമ്പലുമൊക്കെ വായാടിക്കുരുവികളെ എപ്പോഴും പ്രാകിക്കൊണ്ടിരിക്കും. ഒട്ടുമിക്കപ്പോഴും അവരെല്ലാം അകലെ പുഴക്കരയിലെവിടെയങ്കിലും മരക്കൊമ്പുകളിൽ ഇരുളിന്റെ തരിമ്പുകൾ പറ്റിപ്പിടിച്ചിരിക്കുന്നതും നോക്കി വെറുതേയിരിക്കുന്നുണ്ടാകും. ചില്ലകളിൽ ഇരുട്ടുവീണാൽ എല്ലാവരും നിശ്ശബ്ദരായിക്കൊള്ളണമെന്നത് കിളികുലക്കോട്ടയിലെ കർക്കശമായ നിയമമാണ്. പിന്നെ കിഴക്ക് വെള്ള കീറുന്നതുവരെ എല്ലാവർക്കും ഒരു ധ്യാനം പോലെ നിശ്ശബ്ദമായ ഉറക്കം. ഓരോന്നായി മാറി മാറി വരുന്ന സ്വപ്നങ്ങളിലൂടെ കഴിഞ്ഞ പകലിന്റെ തനിയാവർത്തനങ്ങൾ. പിറന്നുവീഴുന്ന പകലിലും എല്ലാറ്റിന്റെയും തനിയാവർത്തനങ്ങൾ തന്നെ. സന്ധ്യയുടെ അർദ്ധവെളിച്ചത്തിൽ നീലപ്പുഴയുടെ നെഞ്ചിൽ വീണുകിടക്കുന്ന ഒരിക്കലും കാണാത്ത കിളികുലക്കോട്ടയുടെ നിഴൽ സിന്ദൂരത്തിന്റെ കണ്ണിൽ തെളിഞ്ഞുവന്നു. കരിമ്പച്ച കരിമ്പടം പുതച്ചുകിടന്നുറങ്ങുന്ന കിളികുലക്കോട്ടയിലേക്ക് ഒരു കുസൃതിക്കുഞ്ഞിനെപ്പോലെ പതുങ്ങിയെത്തുന്ന നീലപ്പുഴയിലെ വികൃതിക്കാറ്റിന്റെ തണുപ്പിനെക്കുറിച്ചും അപ്പോൾ സിന്ദൂരം ഓർത്തു. എല്ലാം പറഞ്ഞുതന്നത് ചട്ടക്കാലത്തിപ്പുള്ളുതന്നെയാണ്. കിളികുലക്കോട്ടയെക്കുറിച്ച് സിന്ദൂരത്തിന് ഇനിയും പലതുമറിയാം. സ്കൂളിലെ മറ്റാർക്കുമറിയാത്ത കിളികുലക്കോട്ടയിലെ രസകരമായ വിശേഷങ്ങൾ.

കാലുവയ്യാതായതുമുതൽ ഇടയ്ക്കൊക്കെ ചട്ടക്കാലത്തി

പ്പുള്ള് കിളികുലക്കോട്ടയിൽ പോയി രാപാർക്കാറുണ്ട്. നീല പ്പുഴയിൽനിന്നും ഒരു കുസൃതിക്കുഞ്ഞിനെപ്പോലെ പതുങ്ങി യെത്തുന്ന ഇളം കാറ്റിൽ കാലുനീട്ടിവെച്ചുറങ്ങുമ്പോൾ മന സ്സിലും ശരീരത്തിലും കുളിരു വീഴും. അതൊരു വല്ലാത്ത അനു ഭവം തന്നെയാണ്. കിളികുലക്കോട്ടയിൽ അങ്ങനെയും ചില നിയമങ്ങളുണ്ട്. കോട്ടയുണ്ടായ കാലം മുതൽ കഴുകനും അട ക്കാക്കുരുവിയും ഒരു പോലെ അനുസരിക്കുന്ന നിയമങ്ങളാ ണതൊക്കെ. ആരോഗ്യമുള്ള കാലത്ത് ഒരു കിളിക്കും കിളി കുലക്കോട്ടയിൽ സ്ഥിരതാമസം അനുവദിച്ചിട്ടില്ല. കിളികുല ക്കോട്ടയിലെ കുറ്റിച്ചെടികളിലും മരങ്ങളിലും കായ്ച്ചുനില് ക്കുന്ന പഴങ്ങളെല്ലാം പറന്നുചെന്ന് ഇരതേടാൻ കഴിയാത്ത വൃദ്ധന്മാർക്കും രോഗികൾക്കുമുള്ളതാണെന്നതാണ് അതി ലൊന്ന്. കിളികുലക്കോട്ടയിലെത്തിയാൽ കഴുകനും കുരു വിക്കും വലിപ്പച്ചെറുപ്പ വ്യത്യാസങ്ങളില്ല. രണ്ടുപേരും കിളിക ളാണ്. കൊക്കുകളുടെ മൂർച്ചയും ചിറകുകളുടെ വലിപ്പവും അവിടെ മേധാവിത്തത്തിന്റെ അടയാളങ്ങളല്ല. അതുപോലെ കൊക്കും ചിറകുമുണ്ടായാലും ചിറകുവീശിപ്പറക്കാനാവാത്ത വൻ അവിടെ രണ്ടാം തരക്കാരൻ തന്നെ. അതുകൊണ്ടുതന്നെ താറാവുകളും കാട്ടുകോഴികളും കിളികുലക്കോട്ടയിൽ പോവാ റില്ല. പോയാൽ വായാടിപ്പക്ഷികളുടെ പരിഹാസം കേൾക്കേ ണ്ടിവരുമെന്നുറപ്പാണ്. വെറുതേ പരിഹാസം കേൾക്കാനാരും ഇഷ്ടപ്പെടില്ലല്ലോ. തുരുത്തിലെ തീരത്തോടു ചേർന്ന് പുഴയിൽ മുഖംനോക്കുന്ന കണ്ടൽ മരങ്ങളിലും വലിയ ഞാവൽ മരങ്ങ ളിലുമൊക്കെയാണ് പക്ഷികൾ ഏറെയും ചേക്കേറുന്നത്. കിളി കുലക്കോട്ടയിൽ സ്ഥിരതാമസക്കാർ കുറവായതിനാൽ കൂടു കളും കുറവാണ്. കോട്ടയിലെ വെളിച്ചം കുറവായ ഉൾഭാഗങ്ങ ളിൽ കൂടുകൂട്ടാൻ കിളികൾക്കാർക്കും ഇഷ്ടമില്ല. അതുകൊണ്ടു തന്നെ ഇരുളിനെ സ്നേഹിക്കുന്ന മുങ്ങകളും കാലൻകോഴിക ളുമൊക്കെ താവളമടിക്കുന്നത് അങ്ങനെയുള്ള ഇരുണ്ട ഇടങ്ങ ളിലെ മരങ്ങളിലാണ്. മദ്ധ്യഭാഗത്ത് കൂട് കൂട്ടിയാൽ കിഴക്ക് വെള്ളകീറുന്നത് കാണാനാവില്ല. പരുന്തും പ്രാപ്പിടിയനു മൊന്നും ചെറുകിളികളെപ്പോലെ നേരത്തേ ഉണരുന്നവരല്ല.

കിഴക്ക് വെള്ളകീറുന്നത് കണ്ടുണരുന്നതൊന്നും അവർക്ക് ശീലമല്ല. ഇനി ഉണർന്നുപോയാൽത്തന്നെ വെയിലുപരക്കുന്നതുവരെ സുഖമായി വീണ്ടുമുറങ്ങും.

മീൻകള്ളത്തിക്ക് നന്നായി നേരം വെളുത്ത് പുഴവെള്ളത്തിൽ ഇരുട്ടിന്റെ കറുത്ത പാടമാറിയാലേ പുഴയിൽ മുങ്ങി മീൻ പിടിക്കാനാവൂ. "എത്ര മീൻ തിന്നാലും അവളുടെ വയറ് നിറയുകയില്ല. പഹച്ചിക്ക് ഇരുട്ടിൽ കുഴിച്ച വയറാ." മീൻകള്ളത്തിപ്പാറുവിനെക്കുറിച്ച് ചട്ടക്കാലത്തിപ്പുള്ള് ഒരിക്കൽ പറഞ്ഞത് സിന്ദൂരം അപ്പോൾ ഓർത്തുപോയി. ഇതെല്ലാം കിളികുലക്കോട്ടയിലെ രസകരമായ പുരാണങ്ങളാണ്. ഇപ്പോൾ കാര്യങ്ങളെല്ലാം കീഴ്മേൽ മറിഞ്ഞിരിക്കുന്നു. സായിപ്പുപക്ഷികൾ വന്നതിൽപ്പിന്നെ കിളികുലക്കോട്ടയിൽ എന്തൊക്കെയോ ദുർനിമിത്തങ്ങൾ കണ്ടുതുടങ്ങിയിരിക്കുന്നു. എല്ലാവരുടെയും മനസ്സിൽ സംശയങ്ങളുടെ പഴുതാരക്കുഞ്ഞുങ്ങൾ തലങ്ങും വിലങ്ങും ഇഴഞ്ഞുനടക്കുന്നതുപോലെ. പക്ഷേ, ആരും അതൊന്നും പരസ്യമായി പുറത്തു പറയുന്നില്ലെന്നു മാത്രം. കിളികുലക്കോട്ടയിൽ അപ്രതീക്ഷിതമായി കടന്നുവന്നവരെ മനസ്സുകൊണ്ട് ആരാധിക്കുന്നവരും കിളികുലത്തിലുണ്ടെന്നൊരു സൂചന ചട്ടക്കാലത്തിപ്പുള്ള് പറഞ്ഞതായി അപ്പോൾ സിന്ദൂരം ഓർത്തു.

"ചെറുകിളികളിൽ ചിലരെയെല്ലാം സായിപ്പുപക്ഷികൾ വശത്താക്കിത്തുടങ്ങിയിട്ടുണ്ടെന്നൊരു ശ്രുതി കിളികുലക്കോട്ടയിൽ പ്രചരിച്ചിട്ടുണ്ട്. തുരുത്തിന്റെ ഒത്ത നടുവിൽ ആകാശം തൊട്ടുനില്ക്കുന്ന പുഴഞ്ഞാവൽ മരത്തിൽ സായിപ്പുപക്ഷികൾക്ക് ഭംഗിയുള്ള കൂടൊരുക്കിക്കൊടുത്തത് അവരാണെന്നാണ് കേൾക്കുന്നത്." കഴിഞ്ഞതവണ കണ്ടപ്പോൾ ചട്ടക്കാലത്തിപ്പുള്ള് പറഞ്ഞതും അപ്പോൾ സിന്ദൂരം ഓർത്തെടുത്തു.

ചകിരിനാരും ചുള്ളിക്കമ്പുകളും കൊണ്ടൊന്നുമല്ല സായിപ്പുപക്ഷികളുടെ കൂട്. അകലെയുള്ള ടൗണിൽനിന്നും കൊണ്ടുപോയ പ്ലാസ്റ്റിക് നൂലുകളും വർണ്ണക്കടലാസുകളുമൊക്കെയാ കൂടുണ്ടാക്കാനുപയോഗിച്ചത്. ടൗണിലെ മീൻമാർക്കറ്റിന്റെ പുറകിലെ കുന്നുകൂടിയ കുപ്പത്തൊട്ടിയിൽനിന്നും ചില വിരുതന്മാർ പാത്തും പതുങ്ങിയും പ്ലാസ്റ്റിക്ക്

നൂലുകളും വർണ്ണക്കടലാസുമൊക്കെ കൊത്തിപ്പറക്കുന്നത് ചട്ടക്കാലത്തിപ്പുള്ള് കണ്ടിരുന്നുവത്രേ. പതിവില്ലാത്തതു കണ്ടപ്പോൾ അതെന്തിനാണെന്ന് ചോദിച്ചപ്പോൾ ആ അഹങ്കാരി കിളികൾ ആ ചോദ്യം കേട്ടതായിപോലും ഭാവിച്ചില്ലത്രെ. സായിപ്പുപക്ഷികളുടെ ചിറകു മിനുസവും കൺതിളക്കവും കണ്ട് കണ്ണ് മഞ്ഞളിച്ചുപോയ കുറേയെണ്ണം കിളികുലക്കോട്ടയിലുണ്ട്. അവരാണ് ഇപ്പോൾ വരത്തന്മാരുടെ ചങ്ങാതികൾ. അവരിൽ മീൻകള്ളത്തിപ്പാറുവാണത്രെ പുതിയ സ്നേഹിതരെ പുഴയിൽ മുങ്ങാനും മീൻപിടിക്കാനുമൊക്കെ പഠിപ്പിക്കുന്നത്. ചിലർ സായിപ്പന്മാരെ ഞാവൽക്കായ തിന്നാൽ പഠിപ്പിക്കുന്നു. അവരെല്ലാം മറ്റുപക്ഷികൾക്കു മുമ്പിൽ അവർ സായിപ്പുപക്ഷികളുടെ ഉറ്റ ചങ്ങാതികളാണെന്ന് കാണിക്കാൻ പെടാപ്പാട് പെടുന്നത്രെ. അവരിൽ ചിലരാണത്രെ സായിപ്പുപക്ഷികൾക്കെതിരെ സംസാരിച്ച വൃദ്ധനായ കണിയാൻ ചെമ്പോത്തിനെ പുഴക്കരയിൽവെച്ച് കയ്യേറ്റം ചെയ്തത്. പുഴക്കരയിൽ ഒരു കണ്ടൽ കൊമ്പിലിരുന്ന് ചുറ്റുമുള്ള കൊമ്പുകളിലിരുന്ന കിളികളോട് സായിപ്പു പക്ഷികൾ കിളികുലക്കോട്ടയുടെ നാശത്തിനെത്തിയവരാണെന്ന് കണിയാൻ ചെമ്പോത്ത് ആവേശത്തോടെ പറഞ്ഞിരുന്നുവത്രെ. മറ്റെന്തൊക്കെയോ പറഞ്ഞുകൊണ്ടിരിക്കുന്നതിനിടയിൽ കണിയാൻ ചെമ്പോത്ത് പറഞ്ഞു "ചിറക് വെളുത്തിരിക്കുന്നവരും കൊക്ക് വളഞ്ഞവരും കാരണം കോട്ട നശിക്കുമെന്ന് കിളിപുരാണത്തിൽ പറയുന്നുണ്ട്." കണിയാൻ ചെമ്പോത്ത് ഇത്രയേ പറഞ്ഞുള്ളൂ. എവിടെനിന്നോ പറന്നെത്തിയ കിറുക്കൻ മരംകൊത്തി കണിയാൻ ചെമ്പോത്തിനെ ദേഹമാസകലം കൊത്തിയെന്നാണ് കേട്ടത്. കിറുക്കൻ മരങ്കൊത്തി തലയ്ക്ക് വെളിവില്ലാത്തവനാണ്. അവൻ മനസ്സിൽ വിചാരിച്ചാൽ അതങ്ങ് ചെയ്തുകളയുമെന്ന് കണിയാൻ ചെമ്പോത്തിന് നന്നായറിയാം. കുറച്ചുകഴിഞ്ഞപ്പോൾ കുപ്പിച്ചില്ല് പ്രാപ്പിടിയനും പറന്നെത്തുന്നത് കണ്ടപ്പോൾ കണിയാൻ ചെമ്പോത്തിന് അപകടം മണത്തു. പിന്നെ മറ്റൊന്നുമാലോചിക്കാതെ ജീവനുംകൊണ്ട് പറന്നു മറുകരയെത്തി. കണിയാൻ ചെമ്പോത്തിന്റെ ശരീരത്തിൽ പലയിടത്തും മുറിവേറ്റ് രക്തം

കിനിയുന്നുണ്ടായിരുന്നു. സായിപ്പുപക്ഷികളെ കുറ്റംപറയുന്ന ഏതൊരുത്തനും ഇതായിരിക്കും ഫലമെന്നുകൂടി കുപ്പിച്ചില്ല് പ്രാപ്പിടിയൻ പരസ്യമായി എവിടെനിന്നൊക്കെയോ പറന്നെത്തിയ കിളിക്കൂട്ടത്തോട് പറഞ്ഞുവത്രെ. ചട്ടക്കാലത്തിപ്പുള്ളിന്റെ വാക്കുകൾ കേട്ടപ്പോൾ കിളികുലക്കോട്ട കിളിപുരാണത്തിൽ പറഞ്ഞതുപോലെ നാശത്തിലേക്കാണ് നീങ്ങുന്നതെന്ന് സിന്ദൂരം മനസ്സിലുറപ്പിച്ചു.

അന്യദേശക്കാരായ സായിപ്പുപക്ഷികളുടെ പിൻബലത്തിലാണ് കിളികുലക്കോട്ടയിൽ ഈ തെമ്മാടികൾ ഇതെല്ലാം ചെയ്യുന്നതെന്ന് പുറത്തുപറയാൻ ആരും ധൈര്യം കാണിക്കുന്നില്ലെന്നതാണ് ഏറെ വിചിത്രം. ഏറ്റവും പ്രബലനായ കാളപ്പരുന്തുപോലും ഇതൊന്നും കണ്ടതായി ഭാവിക്കാതെ എപ്പോഴും മൗനത്തിലാണ്. മുന്നും പിന്നും നോക്കാത്ത ചില ചെറുകിളികളാണ് എന്നാലും സായിപ്പുപക്ഷികൾക്കെതിരെ അവിടെയുമിവിടെയുമിരുന്ന് കൊക്കിൽ വന്നത് എന്തെങ്കിലും വിളിച്ചുകൂവുന്നത്. തൊപ്പിക്കല്ലുപോലെ പെരുത്ത തലയുള്ള കാളപ്പരുന്തിന്റെ ശരീരബലവും കൊക്കിന്റെ മൂർച്ചയും അംഗീകരിക്കാത്തവരായി കിളികുലത്തിൽ ആരുമില്ല. പണ്ടൊരിക്കൽ അവന്റെ ഒരു മുതുമുത്തച്ഛൻ ഒരു കാളയെ കൊത്തിക്കൊന്നവനാണെന്നാണ് കിളികുലത്തിലെ പഴമക്കാർ പറയുന്നത്. അതുകൊണ്ടാണത്രെ ആ പരുന്ത് കുടുംബത്തിന് കാളയെന്ന് വിളിപ്പേര് വീണത്. കാര്യം ശരിയായാലും തെറ്റായാലും അതിശക്തനാണ് കാളപ്പരുന്ത് എന്ന കാര്യത്തിൽ ആർക്കും തർക്കമില്ല. നേർക്കുനേരെ നിന്ന് ഒന്നുശബ്ദമെടുത്താൽ ഏതു ബിലാത്തിയിലെ സായിപ്പായാലും ഒന്നു നടുങ്ങും. പക്ഷേ, കാളപ്പരുന്തിന് കുറച്ചുകാലമായി എപ്പോഴും ഒരു മൗനമാണ്. ഒരു പൊതുകാര്യത്തിലും പരസ്യമായി അഭിപ്രായം പറയില്ല. ഇടപെടില്ല. എന്തെങ്കിലും വിശപ്പടക്കി ഒരു മരക്കൊമ്പിൽ ഞാനൊന്നും കണ്ടില്ലേ കേട്ടില്ലേയെന്ന ഭാവത്തിൽ പകൽ മുഴുവൻ വെറുതെയങ്ങനെ ഇരിക്കും. ചുരുക്കിപ്പറഞ്ഞാൽ കിളിക്കുലക്കോട്ടയോടൊക്കെ ഒരു പുച്ഛഭാവമാണ് കാളപ്പരുന്തിന്. കാളപ്പരുന്ത് കാര്യങ്ങളൊന്നന്വേഷിച്ചാൽ മാത്രം മതി. ഏതു സായിപ്പും ഏതു

കിറുക്കൻ മരങ്കൊത്തിയും ഒന്നടങ്ങും. പക്ഷേ, കാളപ്പരുന്ത് ഇപ്പോഴും ഒന്നുമറിഞ്ഞിട്ടില്ലെന്ന ഭാവത്തിലങ്ങനെയിരിക്കുകയാണ്. സായിപ്പുപക്ഷികൾ വന്നതും ഞാവൽ മരത്തിൽ കൂടുവെച്ചതുമൊന്നും ഞാനറിഞ്ഞില്ലേയെന്ന മട്ടിലാണ് ആ ഇരുപ്പ്.

ശരീരവലിപ്പവും ശേഷിയും കുറഞ്ഞവരാണെങ്കിലും കിളികുലത്തിൽ മരങ്കൊത്തികളാണ് കൂടുതൽ കുലസ്നേഹമുള്ളവർ. പ്രായക്കൂടുതലുണ്ടെങ്കിലും കാരണവരായ കിങ്കരൻ മരങ്കൊത്തിക്ക് ഇപ്പോഴും അന്യായങ്ങൾ അധികനേരം കണ്ടുനില്ക്കാനാവില്ല. അതേതു വലിയവനാണെങ്കിലും ഇടംവലം നോക്കാതെ കിങ്കരൻ മരങ്കൊത്തി കാര്യങ്ങൾ വെട്ടിത്തുറന്ന് പറയും. കിളികുലത്തിൽ അതെല്ലാവരും സമ്മതിക്കുന്ന കാര്യമാണ്. പണ്ട് അമ്പലക്കാവിലെ അരയാലിൽ കയ്യേറ്റം ചെയ്യാൻ കടപ്പുറത്തുനിന്ന് കാക്കപ്പടയെത്തിയപ്പോൾ എതിർക്കാൻ മുമ്പിൽ നിന്നത് അന്ന് യുവാവായിരുന്ന കിങ്കരൻ മരങ്കൊത്തിയായിരുന്നു. കുറച്ചുദിവസങ്ങൾക്ക് മുമ്പ് കിളികുലക്കോട്ടയിൽ നീലപ്പുഴത്തീരത്ത് വെച്ച് കിങ്കരൻ മരങ്കൊത്തിയും സായിപ്പ് പക്ഷികളുടെ ശിങ്കിടികളായ ചില തെമ്മാടിക്കിളികളുമായി എന്തൊക്കെയോ കശപിശയുണ്ടായതായി ആരോ പറഞ്ഞത് ചട്ടക്കാലത്തിപ്പുള്ള് ഓർത്തു. അധികം കളിച്ചാൽ ഏതു കൊമ്പത്തെ സായിപ്പായാലും കൊത്തി പൂടപറിച്ച് നാടുകടത്തുമെന്ന് ഭീഷണിപ്പെടുത്തിയിട്ടാണത്രേ കിങ്കരൻ മരങ്കൊത്തി കരയിലേക്ക് തിരിച്ചു പറന്നത്.

കാക്കകൾ ആഴ്ചകളോളം പട്ടിണികിടന്നാലും കിളികുലക്കോട്ടയിലേക്ക് പോകുകയേയില്ല. അതുകൊണ്ട് കിളികുലക്കോട്ടയിലെന്തു സംഭവിച്ചാലും അവർക്കൊന്നുമില്ല. അവരതൊന്നും ശ്രദ്ധിക്കുകയേയില്ല. കിളികുലത്തിന്റെ ദൈവമായ ജഡായുവിനെ അവർ ദൈവമായി വിശ്വസിക്കുന്നേയില്ല. ജഡായു അവർക്ക് ശത്രുവാണ്. അവരുടെ പിതൃഭൂമിയായ ലങ്കാ ദ്വീപ് അവർക്ക് നഷ്ടപ്പെട്ടതിന് പ്രധാന കാരണക്കാരൻ ജഡായുവാണെന്നാണവരുടെ വിശ്വാസം. അതുകൊണ്ട് ജഡായുവിനെ ആരാധിക്കുന്നവരുടെ കിളികുലക്കോട്ടയിലേക്ക് അവർ വെറുതെയൊന്ന് എത്തിനോക്കുകപോലുമില്ല. അവിടെ ആരു കൂടു

കൂട്ടിയാലും ആര് അവരുടെ കൂട് പൊളിച്ചാലും അവർക്കൊന്നുമില്ല. സായിപ്പുപക്ഷികൾ വന്നാലും പോയാലും അവർക്കൊരുപോലെ. കിളികുലക്കോട്ടയിൽ വരത്തന്മാർക്ക് കുടില്ല എന്നത് കിളികുലക്കോട്ടയിലെ ഒരു പഴഞ്ചൊല്ലാണ്. അതിന്നും മുട്ടവിരിഞ്ഞ് പുറത്തുവരുന്ന കുഞ്ഞാറ്റക്കിളികൾപോലും അക്ഷരം പിഴയ്ക്കാതെ ഏറ്റു ചൊല്ലുന്നു. അതു കാക്കകൾക്ക് നന്നായി അറിയാം. മാത്രമല്ല കിളികുലക്കോട്ടയിലെ കായും കനിയുമൊന്നും അവർക്കിഷ്ടപ്പെട്ട ആഹാരവുമല്ല. ഉപ്പുരസമുള്ള കടൽമീൻ തിന്നു ശീലിച്ചവർക്ക് ഉപ്പില്ലാത്തതൊന്നും ഇഷ്ടപ്പെട്ട ആഹാരമല്ല. ഇതുകൊണ്ടെല്ലാംതന്നെ കാക്കകളുടെ ചിന്തയിലും മനസ്സിലും കിളികുലക്കോട്ടയെന്ന ഒരിടമേയില്ല. അങ്ങോട്ടുള്ള യാത്ര ഒരിക്കലും പാടില്ലാത്ത ഒരു വഴിതെറ്റി നടപ്പായേ ഏതു കാക്കയും ഇന്നുവരെ അംഗീകരിച്ചിട്ടുള്ളൂ. കാലങ്ങൾ എത്രകഴിഞ്ഞാലും തങ്ങൾ വരത്തന്മാരാണെന്ന മനസ്സിലുറച്ചുപോയ തോന്നൽ അവരിൽ ഇപ്പോഴുമുണ്ട്. ഞങ്ങൾ മണ്ണിന്റെ മക്കൾ എന്ന തോന്നലിൽ മറ്റു കിളികൾ അഭിമാനിക്കുന്നതുപോലെ തന്നെ ആ തോന്നൽ അവരുടെ ചിറുകുകളെ എപ്പോഴും നിയന്ത്രിച്ചുകൊണ്ടേയിരിക്കുന്നു. അവരുടെ മനസ്സിൽ കിളികുലക്കോട്ടയെന്ന ഒരു ചിത്രമേയില്ല.

ആറ്

ക്ലാസിൽ അവസാന പിരീഡ് ഒഴിവായിരുന്നു. എല്ലാവരും നിശ്ശബ്ദരായിരിക്കണമെന്ന് പറഞ്ഞ് രാജീവൻ മാസ്റ്റർ സ്വന്തം ക്ലാസിലേക്ക് പോയതേയുള്ളൂ. അപ്പോഴാണ് സിന്ദൂരം ചട്ടക്കാലത്തിപ്പുള്ളിന്റെ ചിലയ്ക്കൽ അകലെ എവിടെനിന്നോ കേട്ടത്. അവൾ ചെവി വട്ടംപിടിച്ചുനിന്നു. ചട്ടക്കാലത്തിപ്പുള്ള് സ്കൂൾ വിടാൻ നേരത്ത് എത്തിയതാണെന്നവൾക്കറിയാം. അതവളെ കാണാനും കഥപറയാനുമാണെന്നും അവൾക്കറിയാം. കിളികുലക്കോട്ടയിൽ ഏറെ വിശേഷങ്ങളുണ്ടായിരിക്കുന്നുവെന്ന് സിന്ദൂരത്തിനുറപ്പായി. ഇടയ്ക്കെങ്ങോ അങ്ങോട്ടു പോകുമെന്നും കുറച്ചുദിവസങ്ങൾ അവിടെ താമസിക്കുമെന്നും ചട്ട

ക്കാലത്തിപ്പുള്ള് പറഞ്ഞിരുന്നു. കിളികുലക്കോട്ടയിലെ വിശേഷങ്ങൾ പറയാൻ അവൾക്ക് നൂറ് നാവാണ്. സ്വന്തം കുലത്തിലെ വിശേഷങ്ങൾ മറ്റാരോടെങ്കിലും പറയുമ്പോഴുണ്ടാകുന്ന വലിയ സന്തോഷം ചട്ടക്കാലത്തിപ്പുള്ള് അനുഭവിക്കുന്നുണ്ടെന്ന് ഉറപ്പാണ്. ആ സന്തോഷം അവളുടെ വാക്കുകളിൽ എപ്പോഴും നിഴലിക്കാറുണ്ട്. സ്വന്തം കുലത്തിന്റെ കഥകൾക്ക് കാതുകൊടുക്കുന്നവളെന്ന സ്നേഹം സിന്ദൂരത്തിനോട് അവൾക്കെപ്പോഴുമുണ്ട്. സ്കൂളിൽ സിന്ദൂരം പഠിക്കുന്ന ക്ലാസു പോലും ചട്ടക്കാലത്തിപ്പുള്ളിന് മന:പാഠമാണ്. ഒരു നിമിഷനേരം കൊണ്ട് ക്ലാസിനു പുറകിലെ നിറയെ ഇലകളുള്ള മുരിങ്ങാക്കൊമ്പിൽ അവൾ പറന്നെത്തുമെന്ന് സിന്ദൂരത്തിന് ഉറപ്പാണ്. ഒരു നിമിഷം മനസ്സിൽ വിചാരിച്ചതേയുള്ളൂ. അപ്പോഴേക്കും ചട്ടക്കാലത്തിപ്പുള്ള് മുരിങ്ങാമരത്തിൽ പറന്നെത്തി. മനസ്സിൽ നിറഞ്ഞൊഴുകുന്ന കിളികുലക്കോട്ടയിലെ വിശേഷങ്ങൾ അവളുടെ വെളുത്ത കണ്ണുകളിൽ തിളക്കമായി തെളിയുന്നുണ്ടായിരുന്നു. അപ്പോഴേക്കും സ്കൂളിൽ അവസാനത്തെ ബെല്ലടിച്ചുകഴിഞ്ഞിരുന്നു. സിന്ദൂരം നേരെ മുരിങ്ങാച്ചോട്ടിലേക്കാണോടിയത്.

"എന്തൊക്കെയുണ്ട് മാഡം വിശേഷങ്ങൾ? കണ്ടിട്ടു കുറച്ചു നാളായല്ലോ."

സിന്ദൂരത്തിന്റെ പാതി പരിഹാസം കലർത്തിയ ചോദ്യം കേട്ട് ചട്ടക്കാലത്തിപ്പുള്ള് മുരിങ്ങയുടെ ഒരു താഴ്ന്ന കൊമ്പിലേക്കിറങ്ങിയിരുന്നു. പിന്നെ വേദനിക്കുന്ന വലതുകാൽ ഒന്നു രണ്ടു പ്രാവശ്യം നീട്ടുകയും കുറുക്കുകയും ചെയ്തു.

"ഒരു മനസ്സമാധാനവുമില്ല സിന്ദൂരം. കിളികുലക്കോട്ടയിൽ ഇപ്പോൾ കാര്യങ്ങളുടെ പോക്ക് അങ്ങനെയൊക്കെയാണ്. ഓരോദിവസവും അവിടെനിന്നും കിട്ടുന്ന വാർത്തകൾ അത്രയ്ക്ക് പേടിപ്പെടുത്തുന്നതാണ്. രണ്ടുമൂന്നു ദിവസം മുമ്പ് ഒരു കൂട്ടം സായിപ്പുപക്ഷികൾ കൂടി കിളികുലക്കോട്ടയിലെത്തിയത്രേ. ഇപ്പോൾ അവർ പത്തോളം പേരുണ്ടെന്നാണ് കേട്ടത്. രണ്ട് ആൺപക്ഷികളും ബാക്കിയൊക്കെ പെൺപക്ഷികളുമാണെന്നും കേട്ടു. നമ്മുടെ നാട്ടിലേതുപോലെ ഒരാൺപക്ഷിക്കൊരു പെൺപക്ഷി എന്ന ഏർപ്പാടൊന്നും അവർക്കില്ല എന്നാ

ണത്രേ തെമ്മാടിക്കിളികൾ പറഞ്ഞത്. ഒരാൺപക്ഷിക്ക് നാലും അഞ്ചും പെൺപക്ഷികൾ ഇണകളായുണ്ടാവുമെന്നാണ് തെമ്മാടിക്കിളികൾ പറഞ്ഞത്. ആദ്യം കിളികുലക്കോട്ടയിലെത്തിയ രണ്ടു പേരും സ്വന്തം നാട്ടിലേക്ക് തിരിച്ചുപോയെന്നും കേട്ടു."

"ഇതൊക്കെ യാദൃശ്ചികമായി സംഭവിക്കുന്നതൊന്നുമല്ലെന്ന കാര്യത്തിൽ യാതൊരു സംശയവുമില്ല. കൃത്യമായി എവിടെയോ തീരുമാനിക്കപ്പെട്ടുതന്നെയാണ് എല്ലാകാര്യങ്ങളും സംഭവിക്കുന്നത്. ഇത് സായിപ്പുപക്ഷികളുടെ വെറും ദേശാടനം മാത്രമല്ലെന്നുറപ്പാണ്. ആദ്യം വന്നവർ തിരിച്ചുപോകുമ്പോൾ കിളികുലക്കോട്ടയിലെ ശിങ്കിടിപ്പക്ഷികളേയും അവരുടെ കൂടെ കൂട്ടിയിട്ടുണ്ടായിരുന്നുവത്രേ. ഓരോരുത്തനും കൊക്കിൽ ഞാവൽ വിത്തുകളും കൊണ്ടുപോയെന്നും കേട്ടു. എന്തിനാണിതൊക്കെയെന്ന് ആർക്കും മനസ്സിലാവുന്നില്ല. ഒന്ന് രണ്ടു മൈനകളും ഒരു പ്രാപ്പിടിയനുമൊക്കെയാണ് സായിപ്പന്മാരുടെ കൂടെപ്പോയതെന്നാണ് ശ്രുതി. കുറച്ചുദിവസം കഴിഞ്ഞിട്ടും അവരൊന്നും മടങ്ങിവരാതായപ്പോൾ കിളികുലക്കോട്ടയിലെ കാരണവന്മാർ പലതും സംശയിച്ചിരുന്നു. പക്ഷേ, കണിയാൻ ചെമ്പോത്ത് തറപ്പിച്ചു പറഞ്ഞു. "അവരെവിടെയും പോവില്ല. അവർക്കൊന്നും സംഭവിക്കില്ല. അടുത്ത പൗർണ്ണമിക്കുമുമ്പ് അവർ കിളികുലക്കോട്ടയിൽ തിരിച്ചെത്തും. പക്ഷേ, തിരിച്ചുവരുന്നവർക്ക് അവരുടെ ശരീരം മാത്രമേ പഴയതായുണ്ടാവൂ. അവരുടെ മനസ്സ് അത്രയ്ക്കും മാറിപ്പോയിരിക്കും."

"നീലപ്പുഴയ്ക്കു മീതെ സ്വർണ്ണത്തളികപോലെ പൗർണ്ണമി ഉദിച്ചുയർന്നു നിന്ന ഒരു സന്ധ്യാനേരത്ത് സായിപ്പുപക്ഷികളുടെ നാട്ടിലേക്ക് വിരുന്നു പോയവർ തിരിച്ചെത്തി. അവർക്കു പിറകെ പറന്നെത്തിയ പുതിയ സായിപ്പുപക്ഷികളും കിളികുലക്കോട്ടയിലെ പടുകൂറ്റൻ ഞാവൽ മരത്തിൽ അഹങ്കാരത്തോടെ ചിറകുവിരിച്ചിരുന്നു. കിളികുലക്കോട്ടയിലെ പ്രകൃതി സൗന്ദര്യം കണ്ട് വിസ്മയിച്ച അവർ കുറേനേരം കണ്ണിൽക്കണ്ണിൽ നോക്കിയിരുന്നുവത്രെ. തിരിച്ചുവന്നവരെല്ലാം സ്വർഗ്ഗത്തിൽ പോയി തിരിച്ചുവന്ന സന്തോഷത്തിലായിരുന്നു. ഓരോരുത്തനും സ്വന്തം കൊക്കിൽ വന്നതെല്ലാം കൂവിക്കൊണ്ടിരുന്നു.

അവർ സായിപ്പിന്റെ നാട്ടിൽ നേരിൽക്കണ്ട കാഴ്ചകളെക്കുറിച്ചുള്ള കഥകൾ കേട്ട് കിളികുലക്കോട്ടയിലെ നാട്ടുപക്ഷികൾ സ്തംഭിച്ചിരുന്നുപോയി. ഏഴാംകടലിന്നക്കരെ സായിപ്പുപക്ഷികളുടെ സ്വന്തം നാട്ടിൽ നേരിൽക്കണ്ട കാഴ്ചകളുടെ പൊടിപ്പും തൊങ്ങലും വെച്ച വർണ്ണനകൾ പറയാൻ ശിങ്കിടികൾ പരസ്പരം മത്സരിക്കുകയായിരുന്നു. എല്ലാം ഇല്ലാക്കഥകളാണെന്ന അർത്ഥത്തിൽ കിങ്കരൻ മരങ്കൊത്തി നാട്ടുപക്ഷിക്കൂട്ടത്തിനുനേരെ കണ്ണിറുക്കിക്കാണിച്ചത് കണ്ട മീൻകള്ളത്തിപാറു കിങ്കരനോട് ഉറഞ്ഞുതുള്ളിയത്രെ. എന്നിട്ടും കിങ്കരൻ മരങ്കൊത്തി ഉറക്കെപ്പറഞ്ഞു

"കീ എന്നു പറഞ്ഞാൽ കിളികുലക്കോട്ടയെന്നുപറയുന്ന നുണയന്മാരും പൊങ്കിസുകാരുമൊക്കെയാണല്ലോ സായിപ്പിന്റെ സ്വർഗ്ഗരാജ്യം കാണാൻ പോയത്. അവറ്റകൾ പറയുന്നതിൽ ഏറെയും ഇല്ലാക്കഥകളായിരിക്കും. എനിക്കതിൽ ഒട്ടും സംശയമില്ല."

ശിങ്കിടികൾ പിന്നെയും അവർ നേരിൽ കണ്ട സായിപ്പുനാടിന്റെ വർണ്ണനകൾ വാതോരാതെ പറഞ്ഞുകൊണ്ടിരുന്നു. "മൂന്നുദിവസം കടൽപ്പരപ്പിനു മീതെ പറന്നിട്ടാണ് ഞങ്ങൾ സായിപ്പുപക്ഷികളുടെ പവിഴ ദ്വീപിലെത്തിയത്. ഇടയ്ക്കിടെ ഓരോരോ കൊച്ചു ദ്വീപുകളിൽ വിശ്രമിച്ചതും അവിടങ്ങളിലെ മരങ്ങളിൽ പടർന്നു കയറിയ മുന്തിരിവള്ളികളിൽ പറന്നുചെന്ന് വയറുനിറയെ മുന്തിരിപ്പഴങ്ങൾ കൊത്തിത്തിന്നതുമൊക്കെ മരിച്ചാലും മറക്കാൻകഴിയില്ല കൂട്ടരേ. ആപ്പിളുമാത്രം വിളഞ്ഞു നില്ക്കുന്ന ഒരു ദ്വീപിലായിരുന്നുവത്രെ ഒരു രാത്രി മുഴുവനും വിശ്രമിച്ചത്." കൊക്കില് വന്നത് കൂവുകയെന്ന് കേട്ടിട്ടേയുള്ളൂ. എന്നാൽ ശിങ്കിടികൾ സായിപ്പുപക്ഷികളുടെ നാടിനെക്കുറിച്ച് പറഞ്ഞതെല്ലാം ശരിക്കുമങ്ങനെ തന്നെയായിരുന്നുവെന്നാണ് കേട്ടുനിന്നവർ പറഞ്ഞത്. യാത്രകഴിഞ്ഞെത്തിയവർക്ക് സായിപ്പിന്റെ സ്വർഗ്ഗരാജ്യത്തെക്കുറിച്ചുമാത്രമേ പറയാനുണ്ടായിരുന്നുള്ളൂ.

"സായിപ്പുചേട്ടന്മാരുടെ നാട് ശരിക്കും സ്വർഗ്ഗം തന്നെയാ കൂട്ടരേ. ഒരു കുഞ്ഞിക്കിളിപോലും അവിടെ ഇരതേടി പത്തടി പോലും പറക്കുന്നില്ല. എന്തിനു പറക്കണം? ഇരിക്കുന്ന കൊമ്പിൽ ആപ്പിളു വിളഞ്ഞു തൂങ്ങിക്കിടക്കുമ്പോൾ?. ചിറകു നനച്ച് കുളിക്കാൻ എവിടെ നോക്കിയാലും കൊച്ചുകൊച്ചു

പൊയ്കകൾ. ഇഷ്ടാനുസരണം ഊഞ്ഞാലാടാൻ മരക്കൊമ്പുകളിലൊക്കെ വള്ളിയൂഞ്ഞാലുകൾ. സന്ധ്യക്ക് ചേക്കേറുവാൻ പൊൻപഴങ്ങൾ കായ്ക്കുന്ന പൊൻ മരങ്ങൾ." സ്വതവേ വായാടിയായ ചിലമാട്ട മൈന അങ്ങനെയൊക്കെ പറയുമ്പോൾ ആവേശം കൊണ്ട് നൃത്തംചെയ്യുകയായിരുന്നു.

"ആ അസത്തിന്റെ ഗീർവാണം കേൾക്കാനാവാതെ ഞാനിങ്ങ് പോരുകയായിരുന്നു. കിളികുലക്കോട്ടയിൽ നട്ടുവളർത്താൻ സായിപ്പിന്റെ ശിങ്കിടികൾ മുന്തിരിയുടെയും ആപ്പിളിന്റെയുമൊക്കെ വിത്തുകൾ കൊണ്ടുവന്നിട്ടുണ്ടത്രെ. കിളികുലക്കോട്ടയിൽ ഇനിയെന്തെല്ലാം പരിഷ്കാരങ്ങളാണ് സംഭവിക്കാൻ പോകുന്നതെന്നാരു കണ്ടു. ആർക്കുമൊന്നും മനസ്സിലാകുന്നില്ല. ശിങ്കിടികളുടെ വർണ്ണന കേട്ട് പലർക്കും സായിപ്പുപക്ഷികളെക്കുറിച്ചുള്ള അഭിപ്രായങ്ങളിൽ മനം മാറ്റമുണ്ടായിക്കൊണ്ടിരിക്കുന്നുവത്രെ. ആ ചിലമാട്ട മൈനയൊക്കെ എന്തെങ്കിലും പറഞ്ഞു തുടങ്ങിയാൽ എത്ര കള്ളമായാലും ആരും അതങ്ങ് വിശ്വസിച്ചുപോകും. അമ്മാതിരിയാ അതിന്റെ നാവ്. നാക്കുകൊണ്ട് ബലിക്കാക്കയെ വെള്ളകൊക്കാക്കാൻ അതിനു നിമിഷനേരം മതി." ചട്ടക്കാലത്തിപ്പുള്ളിന്റെ കണ്ണുകളിൽ അരിശം കത്തിനിന്നു.

"എന്താ ഈ സായിപ്പുപക്ഷികൾക്കൊരു അയിത്തം. അവരും കിളികുലക്കോട്ടയിലുള്ളവരെപ്പോലെ ചിറകുവീശിപ്പറക്കുന്ന പക്ഷികളല്ലേ? അവരുടെ ചിറകുവീശിത്തന്ന്യല്ലെ അവരിങ്ങോട്ട് പറന്നു വന്നത്. പത്തടി ദൂരം പറക്കാൻ കഴിയാത്ത കുറേയെണ്ണം കിളികുലക്കോട്ടയിലുണ്ടല്ലോ പക്ഷികളെന്നും പറഞ്ഞ് ഞെളിയ്ന്ന്. കിളികുലക്കോട്ടയിലെ നാട്ടുപക്ഷികൾക്കെന്താ മുന്തിരി തിന്നാ പുളിക്ക്വോ? ഒന്നിനും കൊള്ളാത്ത ഞാവൽ കായും തിന്ന് തന്നെ കിളികുലമൊക്കെ മരിക്കണം എന്നെന്താ ഇത്ര പിടിവാശി? വെറുതെയല്ല കിളികുലക്കോട്ടയിൽ മന്ദബുദ്ധികള് പെരുകുന്നത്. ഞാവൽക്കായ തിന്നിറ്റാ. എപ്പോഴും പാരമ്പര്യോം കെട്ടിപ്പിടിച്ച് നടന്നിറ്റ് ആർക്കാഗുണം?" ഇങ്ങനെയൊക്കെയാണത്രേ പുതിയ മനംമാറ്റക്കാരുടെ ചോദ്യങ്ങള്. കേക്കുമ്പം തെറ്റാണെന്നാർക്കും പറയാൻ കഴീല്യ. പറക്കമുറ്റാത്ത കുഞ്ഞുകിളികൾപോലും ആദ്യം കേൾക്കു

മ്പോൾ അതൊക്കെ ശരിയാണെന്നേ പറയൂ. പക്ഷേ, എന്നെപ്പോലുള്ള പഴഞ്ചന്മാർക്ക് ഇതൊക്കെ കാണുകയും കേൾക്കുകയും ചെയ്യുമ്പോൾ മനസ്സിലെവിടെയോ ഒരു കല്ലുകടി. എത്ര ആലോചിച്ചിട്ടും മനസ്സിൽ സംശയങ്ങൾ ബാക്കി. സായിപ്പുപക്ഷികളുടെ കണ്ണിലെവിടെയോ ഒരു കറുത്ത കാപട്യക്കറ ഞങ്ങള് കാണുന്നു. കണിയാൻ ചെമ്പോത്തിന് ആ കാപട്യക്കറ നല്ലോണം തെളിഞ്ഞുകാണാം. പക്ഷേ, മനസ്സിൽ തോന്നുന്നത് കൊക്കില് വന്നാൽ അതു പറയുന്നവൻ കിളികുലത്തിൽ ഒറ്റപ്പെട്ടുപോകും. അതു പേടിച്ച് ആരും സായിപ്പുപക്ഷികൾക്കെതിരെ ഒന്നും പറയുന്നില്ല." ചട്ടക്കാലത്തിപ്പുള്ള് അലസമായി ആകാശത്തേക്കു നോക്കി കൊക്കു പിളർത്തി.

"ഈ വയസ്സാം കാലത്ത് ചട്ടക്കാലുംകൊണ്ട് എങ്ങോട്ട് പോകാൻ? ചിലപ്പോ കിളികുലക്കോട്ടയിൽത്തന്നെ എന്നെന്നേക്കുമായി അഭയം തേടേണ്ടിവരും. പിന്നെ എല്ലാവരും പറയുന്നത് കേട്ടങ്ങ് ജീവിക്ക്യാ. കിളികുലക്കോട്ടയിൽ എല്ലാം നിമിഷം വെച്ച് മാറിക്കൊണ്ടിരിക്ക്യാ. ഞങ്ങളുടെയൊക്കെ കുട്ടിക്കാലത്ത് കിഴക്ക് വെള്ളകീറുമ്പോ പാടത്ത് പോയി നെല്ലിലെ കീടങ്ങളെ കൊത്തിത്തിന്ന കഥകളൊക്കെ സിന്ദൂരത്തിനോട് ഞാൻ പറഞ്ഞിറ്റില്ലേ. ഇപ്പോ എതെങ്കിലുമൊരു കിളിക്കുഞ്ഞ് അങ്ങന്യൊക്കെ ചെയ്യ്വോ. ഏത് തള്ളക്കിളിക്കാ അങ്ങനെ സ്വന്തം കുഞ്ഞിനോട് പറയാൻ ധൈര്യം? അങ്ങനെ ചെയ്യുന്നത് ഭ്രാന്താണെന്നല്ലേ മറ്റുള്ളവർ പറയൂ. ഇനിയങ്ങനെ ചെയ്യാൻ നാട്ടില് നെല്ലും പാടവുമൊക്കെ എവിട്യാ ഉള്ളത്? കാലവും മാറി കഥയും മാറി. പറഞ്ഞവഴി പറന്നില്ലേൽ പറന്നവഴി പറയ്വ അത്ര തന്നെ. അതു തന്ന്യാ ഇപ്പോ കിളികുലത്തിൽ എല്ലാവരുടെയും ന്യായം."

ചട്ടക്കാലത്തിപ്പുള്ള് കുറച്ചുനേരം എന്തോ ആലോചിച്ചുകൊണ്ട് സിന്ദൂരത്തിന്റെ മുഖത്തേക്കുതന്നെ നോക്കിയിരുന്നു. പിന്നെ എന്തോ അപകടം മണത്തിട്ടെന്നപോലെ അകലേക്കെങ്ങോ പറന്നുപോയി. തന്റെ ചുറ്റിലും കാര്യങ്ങൾ ഇങ്ങനെയൊക്കെയാണല്ലോ നടക്കുന്നതെന്ന് സിന്ദൂരം അതിശയത്തോടെ ഓർക്കുകയായിരുന്നു. ഭൂമിയിലെ പക്ഷികൾക്കും മൃഗങ്ങൾക്കും മനുഷ്യന്മാർക്കുമെല്ലാം പ്രശ്നങ്ങൾ ഏതാണ്ടൊരേ

രൂപത്തിൽത്തന്നെ. അമ്മയും മുത്തശ്ശിയുമൊക്കെ ആശങ്കപ്പെടുന്ന കാര്യങ്ങൾ തന്നെയാണ് ചട്ടക്കാലത്തിപ്പുള്ളിനെയും അലട്ടുന്നത്. എല്ലാവർക്കും സ്വന്തം നിലനിലപിനെക്കുറിച്ചുള്ള വേവലാതികൾ തന്നെ. തിരുത്തപ്പെടേണ്ട തെറ്റുകൾ ന്യായീകരിച്ച് ആവർത്തിക്കുന്നതിനുപകരം അവ തിരുത്തപ്പെടുക തന്നെ വേണമെന്ന വാശിയാണ് അവർക്കൊക്കെ. സ്വന്തം ക്ലാസിലെ വികൃതിപ്പിള്ളേരായാലും കിളികുലക്കോട്ടയിലെ തെമ്മാടിക്കിളികളായാലും തിരുത്തപ്പെടേണ്ടതിനെ തിരുത്തുകതന്നെ വേണമെന്നവൾ മനസ്സിൽ പറഞ്ഞു. തെമ്മാടിക്കിളികളിലൂടെ കിളികുലത്തെയാകെ മോഹിപ്പിച്ച് വശത്താക്കി കിളികുലക്കോട്ടയിൽ ആധിപത്യം നേടാനാണ് സായിപ്പുപക്ഷികളുടെ ശ്രമമെന്ന് മനസ്സിലാക്കാൻ മുട്ടയിലിരിക്കുന്ന കിളിക്കുഞ്ഞിനുപോലും എളുപ്പത്തിൽ സാധിക്കേണ്ടതാണ്. പക്ഷേ, അതിമോഹങ്ങളെ അകറ്റി നിർത്താൻ ആർക്കും കഴിയുന്നില്ലെന്നതാണ് സത്യം. അതാണ് കിളികുലക്കോട്ടയിൽ ഇപ്പോൾ സംഭവിക്കുന്നത്. സ്വന്തം കൂടുകളിൽ അന്തിയുറങ്ങുമ്പോഴും തെമ്മാടിക്കിളികൾ സായിപ്പുപക്ഷികളെയും അവരുടെ പവിഴദ്വീപിലെ മുന്തിരിത്തോപ്പുകളെയും സ്വപ്നം കാണുന്നു. കണിയാൻ ചെമ്പോത്തിനെയും കിങ്കരൻ മരങ്കൊത്തിയെയും അവർ സുഖജീവിതം ആഗ്രഹിക്കാത്ത പഴഞ്ചന്മാരും വിഢ്ഢികളുമായേ കാണുന്നുള്ളൂ. യഥാർത്ഥ കിളികുലാഭിമാനികൾ അവർക്ക് മന്ദബുദ്ധികളാണ്. പക്ഷേ, സന്ധ്യയ്ക്കു ആഹ്ലാദത്തോടെയും ആരവത്തോടെയും ചേക്കാറാനുള്ള ഇടം എന്നന്നേക്കുമായി നഷ്ടപ്പെട്ടു പോകുന്ന ഒരു നാളെയെക്കുറിച്ച് അവർ ചിന്തിക്കുന്നതേയില്ല. അതുകൊണ്ടാണ് ചട്ടക്കാലത്തിപ്പുള്ളിന്റെ പഴയ മനസ്സിലെ വേവലാതികൾ അവസാനിക്കാത്തത്. കിളികുലക്കോട്ടയിൽ അങ്ങും ഇങ്ങും തൊടാതെ കാര്യങ്ങളെ കാണുന്നവരുമുണ്ടെന്ന് ചട്ടക്കാലത്തിപ്പുള്ളിന്റെ വാക്കുകളിൽ നിന്നും വ്യക്തമാണ്. കയ്യാലപ്പുറത്തെ തേങ്ങയെന്നാണ് ക്ലാസിൽ രാജീവൻമാഷ് അത്തരക്കാരെ വിളിക്കാറുള്ളത്. ഒരു കാര്യത്തിലും സ്വന്തമായി അഭിപ്രായമില്ലാത്തവർ - സായിപ്പുപക്ഷികളേക്കാൾ അപകടകാരികൾ അവരാണെന്ന് സിന്ദൂര

ത്തിന് തോന്നി. എപ്പോഴും ജയിക്കുന്നവർക്കുവേണ്ടി മാത്രം ആർപ്പു വിളിക്കുന്നവർ ഭീരുക്കളാണ്. ചട്ടക്കാലത്തിക്ക് വയസ്സേറെയുണ്ടെങ്കിലും ഇന്നും മനസ്സ് ചെറുപ്പമാണ്. അതാണ് കിളികുലക്കോട്ടയിലെ അസുഖകരമായ സംഭവവികാസങ്ങളിൽ അവൾ ഇത്രയും വ്യാകുലപ്പെടുന്നത്. മനസ്സിൽ നുരഞ്ഞുപൊന്തിയ നൂറായിരം അശുഭചിന്തകളുമായാണ് സിന്ദൂരം വീട്ടിലെത്തിയത്.

ഏഴ്

അന്നു രാത്രി ഉറക്കത്തിലും താൻ ഒരിക്കൽപോലും നേരിൽ കണ്ടിട്ടില്ലാത്ത കിളികുലക്കോട്ടയെയും അവിടെ ധിക്കാരത്തോടെ കുടിയേറിപ്പാർക്കുന്ന സായിപ്പുപക്ഷികളെയും സിന്ദൂരം സ്വപ്നത്തിൽ കണ്ടു. കിളികുലക്കോട്ടയിലാകെ മുന്തിരിയും ആപ്പിളും വിളഞ്ഞു നില്ക്കുന്നതും അതു കൊത്തിത്തിന്നാനെത്തിയ വൃദ്ധരായ ചട്ടക്കാലത്തിപുള്ളിനെയും കിങ്കരൻ മരങ്കൊത്തിയെയും ഒരു കൂട്ടം ചെറുകിളികൾ കൊത്തിയോടിക്കുന്നതുമൊക്കെ ആ സ്വപ്നത്തിലുണ്ടായിരുന്നു. കിളികുലക്കോട്ടയുടെ ആകാശത്തിൽ സൂര്യൻ കറുത്തുപോകുന്നതുകൂടി കണ്ടുകൊണ്ടാണ് അവളുടെ ആ സ്വപ്നം അവസാനിച്ചത്. കാലത്ത് ഉറക്കമുണർന്നപ്പോഴും സ്വപ്നത്തിൽ കണ്ട കിളികുലക്കോട്ടയുടെ അവ്യക്തമായ ചിത്രം മായാതെ മനസ്സിലുണ്ടായിരുന്നു.

കിളികുലക്കോട്ടയിലെ ഒരു കൂട്ടം തെമ്മാടിക്കിളികളുടെ സംരക്ഷണത്തിലാണ് സായിപ്പുപക്ഷികൾ ഇപ്പോഴും അഹങ്കാരത്തോടെ കഴിയുന്നതെന്ന് ചട്ടക്കാലത്തിപ്പുള്ള് എപ്പോഴും പറയുമായിരുന്നു. അതിൽ എല്ലാ വിഭാഗക്കാരുമുണ്ട്. എങ്കിലും മീൻകള്ളത്തിപ്പാറുവും കിറുക്കൻ മരങ്കൊത്തിയും ചിലമാട്ടമൈനയും ശണ്ഠകുമാരനുമൊക്കയാണ് വിമതരുടെ നേതാക്കന്മാർ എന്നും ചട്ടക്കാലത്തിപ്പുള്ള് പറഞ്ഞിരുന്നു. കിളികുലത്തിൽപോലും ആശയങ്ങളുടെ പേരിൽ ഇങ്ങനെ ചേരിതിരിവുകളും അഭിപ്രായ വ്യത്യാസങ്ങളുമുണ്ടാവുന്നതിൽ സിന്ദൂരത്തിന് വലിയ അതിശയം തോന്നി. അതൊക്കെ പ്രകൃതിയുടെ നിയോഗമാണെന്നാണ് അവൾ മനസ്സിലുറപ്പിച്ചത്. ഒരിക്കൽ

എന്തൊക്കെയോ സംസാരിച്ചുകൊണ്ടിരുന്നപ്പോൾ അവൾ ചട്ടക്കാലത്തിപ്പുള്ളിനോട് ചോദിച്ചു.

"കിളികുലത്തിൽ കോഴിക്കും താറാവിനുമൊക്കെ എന്തു സുഖമാ. മനുഷ്യരോടൊപ്പമാവുമ്പം ജീവിതം അവർക്ക് കുശാലുതന്നെ. ഇരതേടിയലഞ്ഞ് കഷ്ടപ്പെടേണ്ട. കൂട് വെയ്ക്കാൻ ചുള്ളിക്കമ്പുകൾ തേടി കുറ്റിക്കാടുകളിൽ അലയേണ്ട. അങ്ങനെ എന്തെല്ലാം സുഖങ്ങൾ."

സിന്ദൂരം പറഞ്ഞു തീർന്നില്ല. ചട്ടക്കാലത്തിപ്പുള്ള് അസ്വാഭാവികമായി കുറേനേരം നിർത്താതെ ചിലച്ചു. ദേഷ്യവും പരിഹാസവുമെല്ലാം കലർന്ന ഒരു ചിലയ്ക്കലായിരുന്നു അതെന്ന് സിന്ദൂരം ഇപ്പോഴും ഓർക്കുന്നു. പിന്നെ കുറച്ചുനേരം ക്ഷീണം മാറ്റിയതിനുശേഷമേ ചട്ടക്കാലത്തിപ്പുള്ളിന് സിന്ദൂരത്തെ നോക്കാൻപോലും കഴിഞ്ഞുള്ളൂ. ചട്ടക്കാലത്തിപ്പുള്ള് ഇത്രമാത്രം ദേഷ്യപ്പെടാനും പരിഹസിക്കാനുമൊക്കെ താനെന്ത് അപരാധമാണ് പറഞ്ഞുപോയതെന്നായിരുന്നു സിന്ദൂരത്തിന്റെ ചിന്ത.

"ചിറകും കൊക്കുമുണ്ടായാൽ മാത്രം ആരും പക്ഷിയാവുന്നില്ല സിന്ദൂരക്കുട്ടീ. പക്ഷിയാകണമെങ്കിൽ ആകാശത്തിൽ മേഘങ്ങൾക്കു കീഴെ ചിറകുവീശി പറക്കണം. മരക്കൊമ്പുകളിൽ ചേക്കേറണം. ചുള്ളിക്കമ്പുകളും ചകിരിനാരുകളും ചേർത്ത് മനസ്സിനിണങ്ങിയ കൊമ്പിൽ കൂടുകൂട്ടണം. മഴനനഞ്ഞും വെയിലുകൊണ്ടും ജീവിക്കണം. കോഴിയും താറാവുമൊക്കെ .... വേണ്ട ഞാൻ പറയുന്നില്ല." ചട്ടക്കാലത്തിപ്പുള്ള് പിന്നെയും പരിഹാസത്തോടെ ഉറക്കെ ചിലച്ചു.

മനുഷ്യന്റെ തീൻമേശയിൽ ഒടുങ്ങിപ്പോവുന്ന പക്ഷിജന്മങ്ങളെക്കുറിച്ച് പരിഹാസത്തോടെ ഓർമ്മിപ്പിക്കുയായിരുന്നു ചട്ടക്കാലത്തിപ്പുള്ളെന്ന് സിന്ദൂരത്തിന് മനസ്സിലായി. സ്വന്തം കുലമഹിമയിൽ അതിരുവിട്ട് അഭിമാനം കൊള്ളുന്നവർ യഥാർത്ഥത്തിൽ മറ്റുള്ളവരുടെ ജീവിതത്തെ പരിഹസിക്കുകയും പുച്ഛിക്കുകയുമാണ് ചെയ്യുന്നത്. ഇതുതന്നെയാണ് ഇപ്പോൾ കിളികുലക്കോട്ടയിലും സംഭവിക്കുന്നത്. മനോഹരമായ ഒരു തുരുത്തിൽ പ്രകൃതി എല്ലാ സൗകര്യങ്ങളും ഒരുക്കിക്കൊടുത്തിട്ടും അതൊന്നും കാണാതെ കിളികൾ മറ്റെന്തൊക്കെയോ കിട്ടാക്ക

നികൾ ആഗ്രഹിക്കുകയാണ്. ആഗ്രഹം അതിരില്ലാത്ത അത്യാഗ്രഹമായി വളരുന്നതിനിടയിൽ സ്വന്തം കുലത്തിന്റെയും പാരമ്പര്യത്തിന്റെയും അടിവേരുകൾ ചീഞ്ഞു നശിച്ചു തുടങ്ങുന്നത് അവർ കാണുന്നില്ല. സ്വന്തം കുലത്തിന്റെ ശ്വസനവായുവിൽ പോലും വിഷം കലരുന്നത് അവർ അറിയുന്നതേയില്ല. ഇങ്ങനെ പോയാൽ മനസ്സിനിണങ്ങിയ ഒരു മരക്കൊമ്പിൽ മനസ്സിനിണങ്ങിയ ഒരു കൂടുകൂട്ടാൻപോലും സ്വാതന്ത്ര്യമില്ലാത്ത ഒരു നാളെ കിളികുലക്കോട്ടയിലെ നാട്ടുകിളികുലത്തിനുണ്ടാവുമെന്നുറപ്പാണ്. വൃദ്ധനായ കണിയാൻ ചെമ്പോത്തിന് അതു മുൻകൂട്ടി കാണാൻ കഴിയുന്നത് കാലാകാലമായുള്ള അനുഭവസമ്പത്തുകൊണ്ടാണ്. ചട്ടക്കാലത്തിപ്പുള്ളിന്റെ വാക്കുകൾ കേട്ടപ്പോൾ ജീവിതത്തിലൊരിക്കൽപ്പോലും താൻ ആലോചിക്കുകപോലും ചെയ്യാത്ത വലിയ കാര്യങ്ങളാണ് തന്റെ മനസ്സിൽ കിളിർത്തുവന്നതെന്ന് അത്ഭുതത്തോടെയും അഭിമാനത്തോടെയും സിന്ദൂരം ഓർത്തു.

കിളികുലക്കോട്ടയിൽ മുന്തിരിവള്ളികളും സ്വർണ്ണ വർണ്ണപ്പഴച്ചെടികളും കിളിർത്ത വാർത്ത ഒരു ദിവസം അച്ചടക്കമില്ലാത്ത വൃശ്ചിക കാറ്റുപോലെ കിളികുലത്തിലാകെ വീശിയടിക്കുകയായിരുന്നു. നാട്ടിലും കിളികൾക്കെല്ലാം അതൊരു വലിയ സന്തോഷവാർത്തയായിരുന്നു. പക്ഷേ, മുന്തിരി വള്ളികൾ പടർന്നു തുടങ്ങിയ ഇടങ്ങളിലേക്ക് കൗതുകം മുറ്റിയ കണ്ണുകളുമായി പറന്നെത്തിയ നാട്ടുകിളികൾക്കൊന്നും അങ്ങോട്ട് കടന്നു ചെല്ലാൻ കഴിയുന്നില്ലെന്ന ഞെട്ടിക്കുന്ന വാർത്തയും അതേവേഗത്തിൽ പിന്നാലെവന്നു. മുന്തിരിപ്പടർപ്പുകൾ കാണാനുള്ള കൗതുകത്തോടെ നാനാഭാഗത്തുനിന്നും പറന്നെത്തിയ തത്തകളെയും മൈനകളെയുമൊക്കെ തെമ്മാടിക്കിളികൾ വഴിയിൽ തടഞ്ഞുനിർത്തിയത്രെ. സായിപ്പുപക്ഷികളുടെ അനുവാദമില്ലാതെ തെക്കൻ കിളികുലക്കോട്ടയിൽ ആരും കടന്നുപോകരുതെന്ന് ചിലമാട്ട മൈന എല്ലാവരോടുമായി വെട്ടിത്തുറന്നു പറഞ്ഞുവെന്നും കേട്ടു. നാട്ടുകിളികളുടെ അച്ചടക്കമില്ലാത്ത ചിലയ്ക്കൽ സായിപ്പുപക്ഷികൾക്ക് ഇഷ്ടമാവില്ലെന്ന് കിറുക്കൻ മരങ്കൊത്തിയും മീൻകള്ളത്തിപ്പാറുവും അഹങ്കാരത്തോടെ പറഞ്ഞുവത്രെ.

“ഞങ്ങൾ തെക്കൻ കിളികുലത്തിലെ ഞാവൽക്കായ

തിന്നാനാ വന്നത്. നിങ്ങളുടെ യജമാനന്മാരായ സായിപ്പുപക്ഷികൾക്ക് ഞങ്ങളുടെ കിളികുലക്കോട്ടയിലെ ഞാവൽപ്പഴത്തിലെന്ത് കാര്യം?" വൃദ്ധനാണെങ്കിലും കിങ്കരൻ മരങ്കൊത്തിയും ഒട്ടും വിട്ടുകൊടുത്തില്ല.

"ഇപ്പോൾ തെക്കൻ കിളികുലക്കോട്ടയിലെ ഞാവൽ മരങ്ങളും ഞാവൽപ്പഴങ്ങളും സായിപ്പുപക്ഷികളുടെയാ" ചിലമാട്ട മൈന പരിഹാസത്തോടെയും അഹങ്കാരത്തോടെയും വളരെ ശബ്ദം താഴ്ത്തിയാണ് അങ്ങനെ പറഞ്ഞതെങ്കിലും ആ വാക്കുകൾ കിളികുലക്കോട്ടയിലെ നാട്ടുകിളികൾക്കുമുമ്പിൽ ഒരു വെള്ളിടിയായി പൊട്ടിച്ചിതറുകയായിരുന്നു. ഇന്നോളം ഒരു നാട്ടുകിളിയും സ്വപ്നത്തിൽപോലും ചിന്തിച്ചിട്ടില്ലാത്ത ഒരു കാര്യം ഇത്ര പെട്ടെന്ന് ഇങ്ങനെയൊക്കെ ആയിത്തീർന്നതെങ്ങനെയെന്ന് കിളികുലക്കോട്ടയിലെ കാരണവന്മാർക്കുപോലും മനസ്സിലായില്ല. ഇന്നോളം ഇഷ്ടാനുസരണം കായ്കനികൾ കൊത്തിത്തിന്നും സന്ധ്യക്ക് ചേക്കേറിയും സ്നേഹിച്ചു പോന്ന തെക്കൻ കിളികുലക്കോട്ടയിലെ ഞാവൽ മരങ്ങൾ വരത്തന്മാരായ സായിപ്പുപക്ഷികളുടേതാണെന്ന് പറയാൻ കിളികുലത്തിൽ അഹങ്കാരിയായ ചിലമാട്ട മൈനയ്ക്കു മാത്രമെ കൊക്കു പിളർത്താനാവൂ എന്ന് എല്ലാവരും ഏകകണ്ഠമായി വിധിയെഴുതി.

"ഇനി ഇങ്ങനെയൊക്കെ വരത്തന്മാരുടെ അടിമകളായി കഴിയാനാവും നമുക്കുവിധി."

ഒരു ഈന്തുമരപ്പൊത്തിലിരുന്നുകൊണ്ട് കിഴവൻ മൂങ്ങ ആത്മഗതം ചെയ്തു. കിഴവൻ മൂങ്ങയുടെ നിരാശ നിറഞ്ഞ വാക്കുകൾ കേട്ടപ്പോൾ മൂപ്പൻ ചെമ്പരുന്ത് പൊള്ളിക്കപ്പെട്ടതുപോലെ പൊട്ടിത്തെറിച്ചു.

"അടിമകളായി കഴിയാൻ കിളികുലക്കോട്ടയിലെ നാട്ടുപക്ഷികൾക്ക് മനസ്സില്ലെങ്കിലോ. അതങ്ങനെ എളുപ്പം സമ്മതിച്ചുകൊടുക്കാനൊന്നും പോകുന്നില്ല. കിളികുലക്കോട്ട നാട്ടുപക്ഷികളുടേതാണ്. ഇവിടെ മുന്തിരിത്തോട്ടം വളർത്താനൊന്നും നമ്മളാരെയും ഏല്പിച്ചിട്ടില്ല. അടിമകളും ശിങ്കിടികളുമൊക്കെ സായിപ്പന്മാരുടെ കൂടെ നാടുവിടേണ്ടിവരും. നോക്കിക്കോ." കോപംകൊണ്ട് ജ്വലിക്കുന്ന കണ്ണുകളുമായി മൂപ്പൻ ചെമ്പരുന്ത്

കുറേ നേരം നിർത്താതെ തല കുടഞ്ഞുകൊണ്ടിരുന്നു. അതു കേട്ടപ്പോൾ കിളവൻ മൂങ്ങയുടെ വട്ടക്കണ്ണുകളിൽ ആത്മവിശ്വാസത്തിന്റെ പൂർണ്ണചന്ദ്രനുദിച്ചു. കിളവൻ മൂങ്ങ സാധാരണ നിസ്സാര കാര്യങ്ങളിൽ അഭിപ്രായം പറയുന്നവനല്ല. ചിലമാട്ട മൈനയുടെ വാക്കുകൾ അത്രയ്ക്ക് പ്രകോപിപ്പിച്ചതുകൊണ്ടു മാത്രമാണ് അത്രയെങ്കിലും പറഞ്ഞുപോയത്.

"അങ്ങനെ തന്റേടത്തോടെ പറയാൻ കിളികുലത്തിൽ നാലാളുണ്ടായാൽ മതി. സായിപ്പന്മാർ പോയ വഴി കാണില്ല." കിഴവൻ മൂങ്ങയുടെ വാക്കുകൾ ആവേശംകൊണ്ട് ചിലമ്പിച്ചിരുന്നു. മൂപ്പൻ ചെമ്പരുന്ത് കിളികുലത്തിലെ എടുത്തു ചാട്ടക്കാരനും മുൻകോപിയുമൊക്കെയാണെന്നാണ് നാട്ടുകിളികളിൽ പൊതുവെയുള്ള അഭിപ്രായം. എങ്കിലും അവൻ കുലാഭിമാനിയാണ്. പണ്ടൊരിക്കൽ മൂപ്പൻ ചെമ്പരുന്ത് കുറേക്കാലം കിളികുലക്കോട്ട വിട്ട് പോകേണ്ടി വന്നിട്ടുണ്ട്. നന്നേ ചെറുപ്പം മുതൽ എല്ലാം തന്നിഷ്ടപ്രകാരം ചെയ്യുന്ന മൂപ്പൻ ചെമ്പരുന്തിന് കിളികുലത്തിലെ ആചാരങ്ങളിലൊന്നും ഒട്ടും വിശ്വാസമില്ല. കിളികുലമാകെ കുലദേവതയായി ആരാധിക്കുന്ന ജഡായുവിനെ ഒരു ദൈവമായി കരുതാനോ ജഡായു കോവിലിനു മുമ്പിൽ തൊഴുതുനില്ക്കാനോ അവനൊരിക്കലും തയ്യാറായിട്ടില്ല. നന്നേ ചെറുപ്പത്തിൽ ഒരു സുന്ദരിയായ പെൺ മൂങ്ങയെ കിളികുലത്തിന്റെയാകെ വെറുപ്പുണ്ടായിട്ടും ഇണയായി കൊണ്ടുനടന്നതിനാണ് അവനെ നാട്ടുപക്ഷികൾ സംഘം ചേർന്ന് കിളികുലക്കോട്ടയിൽനിന്നും പണ്ട് കൊത്തി ഓടിച്ചത്. ഒന്നു രണ്ടു കൊല്ലം കഴിഞ്ഞ് ആ പെൺമൂങ്ങ ചത്തുപോയതിൽ പിന്നെയാണ് അവൻ കിളികുലക്കോട്ടയിലേക്ക് തിരിച്ചുവന്നത്. ഇപ്പോൾ ഇണയില്ലാത്തവനായി എത്രയോ കാലമായി അവൻ കിളികുലക്കോട്ടയിൽ കഴിയുന്നു. കിളികുലക്കോട്ടയിൽ വെറും വിരുന്നുകാരായെത്തിയ സായിപ്പുപക്ഷികൾ തെക്കൻ കിളികുലക്കോട്ടയുടെ അധിപന്മാരാവുന്നതോർത്തപ്പോൾ മിതഭാഷിയായ കിഴവൻ മൂങ്ങയ്ക്ക് പോലും ദേഷ്യം സഹിക്കാനായില്ല. പക്ഷേ, സായിപ്പുപക്ഷികളുടെ ശിങ്കിടികളായി നടക്കുന്ന തെമ്മാടിക്കിളികളെ ആരു കാര്യങ്ങൾ പറഞ്ഞ് മനസ്സിലാക്കും.?

സായിപ്പ് പക്ഷികളുടെ മുന്തിരിക്കും ആപ്പിളിനും മുമ്പിൽ അവർ സകലതും മറക്കുന്നു. ഇന്നലെവരെ കിളികുലത്തിന്റെ വിശപ്പ് മാറ്റിയ പുഴഞ്ഞാവൽപ്പഴങ്ങളെ അവർ തള്ളിപ്പറയുന്നു. ഇന്നലെ വന്ന വരത്തന്മാർക്ക് യാതൊരു ലജ്ജയുമില്ലാതെ ഓശാന പാടുന്നു. കിളികുലത്തിന്റെ കാരണവന്മാരുടെ വാക്കുകൾ പഴഞ്ചന്മാരുടെ വിഡ്ഢിത്തമായി ചിത്രീകരിച്ച് പുച്ഛിച്ചുതള്ളുന്നു. എല്ലാം ഒരിക്കൽക്കൂടി ഓർത്തുവന്നപ്പോൾ കിഴവൻ മൂങ്ങയുടെ ഇരുണ്ട മുഖം ഒന്നുകൂടെ ഇരുണ്ടു. ഏതായാലും കിളികുലക്കോട്ടയുടെ മുകളിലെ തെളിഞ്ഞ ആകാശത്തിനു മുകളിൽ അന്തമില്ലാത്ത അപായങ്ങളുടെ കരിമേഘങ്ങൾ അവിടവിടെയായി അടിഞ്ഞുകൂടുന്നത് കണ്ട് കിളികുല കാരണവന്മാർ വല്ലാതെ ആശങ്കപ്പെട്ടു.

"എല്ലാം നേരെയാകും. വരത്തന്മാർ എന്നെന്നേക്കുമായി കിളികുലക്കോട്ടവിട്ട് പോവുകതന്നെ ചെയ്യും. പക്ഷേ, കിളികുലമാകെ ഒന്നിച്ചു നില്ക്കണം. ഒരമ്മപെറ്റ മക്കളെപ്പോലെ. അത്രയേ വേണ്ടൂ. അതുമാത്രമേ വേണ്ടൂ." കണിയാൻ ചെമ്പോത്ത് മരക്കൊമ്പുകളിൽ നിശ്ശബ്ദരായിരുന്ന എല്ലാവരോടുമായയാണ് അങ്ങനെ പറഞ്ഞത്.

പത്തിരുപത് പേരുള്ള ഒരു സംഘം സായിപ്പുപക്ഷികൾ കൂടെ കിളികുലക്കോട്ടയിലെത്തിയ വിവരം ശരിക്കും ഞെട്ടലോടെയാണ് കിളികുലക്കോട്ടയിലെ നാട്ടുപക്ഷികൾ കേട്ടത്. നേരത്തേവന്ന നാലുപേരും ഇപ്പോഴും എല്ലാറ്റിനും മേൽനോട്ടം വഹിച്ചുകൊണ്ട് കിളികുലക്കോട്ടയുടെ തെക്കുഭാഗത്തുണ്ട്. കിളികുലക്കോട്ടയുടെയാകെ അധിപന്മാർ അവരാണെന്ന നാട്യത്തിലാണ് അവരുടെ ഞാവൽക്കൊമ്പിലെ ഇരിപ്പും നീലപ്പുഴയിൽനിന്നുള്ള മീൻപിടുത്തവുമെല്ലാം. തെമ്മാടിക്കിളികൾ ഒരെണ്ണമൊഴിയാതെ ആശ്രിതന്മാരായി എപ്പോഴും അവരെ ചുറ്റിപ്പറ്റിയുണ്ടാവും. തൊമ്മാടിക്കിളികളുടെ നേതാവായ ചിലമാട്ടമൈനയ്ക്കിപ്പോൾ സായിപ്പുപക്ഷികളുടെ ഭാഷപോലും വശമാണെന്നു തോന്നുന്നു. ഉത്തരവുകൾക്കു കാതോർത്ത് നില്ക്കുന്ന ഒരു ഭടനെപ്പോലെ അവൻ എപ്പോഴും അനുസരണയോടെ അവരുടെ അടുത്തുണ്ടാവും. പഴയ ചങ്ങാതിമാരായ നാട്ടുകിളികളെ കണ്ടാൽ അവൻ കണ്ടഭാവംപോലും നടിക്കാ

റില്ലത്രേ. അത്രയ്ക്ക് അഹങ്കാരിയായി അവൻ മാറിക്കഴിഞ്ഞുവെന്നാണ് എല്ലാവരും പറയുന്നത്. എണ്ണത്തിലേറെയുണ്ടെങ്കിലും നാട്ടുകിളികളിലാരും തന്നെ ഇപ്പോൾ തെക്കൻ കിളികുലക്കോട്ടയിലേക്ക് പോകാറില്ലെന്നതാണ് സത്യം. സായിപ്പുപക്ഷികളുടെ ചെതുമ്പലുകൾ നിറഞ്ഞ ഉയരമുള്ള കാലുകളും നീണ്ട കഴുത്തും അറ്റംവളഞ്ഞ് മൂർച്ചയുള്ള കൊക്കും കഴുത്തിൽ തൂങ്ങിക്കിടക്കുന്ന ഏലസ്സുകളുമെല്ലാം അവരെ ഭയപ്പെടുത്തുന്നുണ്ടെന്നത് അവർപോലും നിഷേധിക്കുന്നില്ല. സത്യത്തിൽ കിളികുലത്തിലെ ഏറ്റവും ശക്തനായ കാളപ്പരുന്തിനുപോലും സായിപ്പുപക്ഷികളെ കാണുമ്പോൾ ഒരുൾഭയമുണ്ട്. അവനത് പുറത്ത് പ്രകടിപ്പിക്കുന്നില്ലെന്നേയുള്ളൂ. സായിപ്പുപക്ഷികൾ ഇപ്പോൾ പുഴയിലിറങ്ങി സാധാരണ മീൻകള്ളത്തികളെപ്പോലെ മീൻപിടിക്കുന്നതുകണ്ട് അവരെല്ലാം ശരിക്കും അത്ഭുതപ്പെടുകയാണ്. സഹായികളായ മീൻകള്ളത്തിപ്പാറുവിനേക്കാൾ വേഗത്തിൽ മീൻപിടിക്കുന്നതുകണ്ടാൽ ആരും അത്ഭുതപ്പെട്ടുപോകും. ഒരു വലിയ ചിറ്റാൻ മീനിനെയും പോത്തൻ ഞണ്ടിനെയുമൊക്കെ ഒറ്റയിരിപ്പിന് വെട്ടിവിഴുങ്ങുന്നതും കാണേണ്ടതുതന്നെയാണെന്നാണ് നാട്ടുകിളികൾ അതിശയത്തോടെ പറയുന്നത്. ഇതൊക്കെ കാണുമ്പോൾ ഇനിയുള്ള കാലം സായിപ്പുപക്ഷികൾക്ക് അടിമകളായി, തെമ്മാടിക്കിളികളെ അനുസരിക്കുന്ന ചങ്ങാതിമാരായി കിളികുലക്കോട്ടയിൽ സമൃദ്ധമായി വിളയാൻ പോകുന്ന മുന്തിരികളും തിന്ന് സമാധാനമായി കഴിയുന്നതാണ് നല്ലതെന്ന് നാട്ടുകിളികളിൽ ചിലർ രഹസ്യമായെങ്കിലും പറഞ്ഞു തുടങ്ങിയിരിക്കുന്നു. അപ്പോഴും വൃദ്ധനായ കണിയാൻ ചെമ്പോത്ത് എല്ലാവരെയും ഓർമ്മപ്പെടുത്തിക്കൊണ്ടിരുന്നു "സായിപ്പുപക്ഷികളുടെ ഈ മുന്തിരിയുടെയും ആപ്പിളിന്റെയും മധുരം അധികകാലം ഉണ്ടാവില്ല മക്കളേ. കിളികുലക്കോട്ടയിൽ എന്നെന്നേക്കുമായി ആധിപത്യമുറപ്പിച്ചു കഴിഞ്ഞാൽപ്പിന്നെ സായിപ്പുപക്ഷികളുടെ മട്ടും മാതിരിയും മാറും. നാട്ടുപക്ഷികൾക്ക് പിന്നെയങ്ങോട്ട് സന്ദർശകരായിപ്പോലും പ്രവേശനമുണ്ടാകുമെന്നുപോലും എനിക്കു തോന്നുന്നില്ല. അനുസരണയുള്ള അടിമകളായി ചിലമാട്ട മൈനയ്ക്കും കിറു

ക്കൻ മരങ്കൊത്തിക്കുമൊക്കെ അങ്ങോട്ട് കടക്കാൻ സാധിച്ചെന്നു വരാം. അതിലപ്പുറമൊന്നുമുണ്ടാവില്ല."

കണിയാൻ ചെമ്പോത്തിന്റെ വാക്കുകളിലെ കർശനമായ താക്കീതുകൾ പ്രായക്കാരായ ചില നാട്ടുപക്ഷികൾക്ക് മനസ്സിൽ തട്ടിയെങ്കിലും ഇതൊക്കെ തടയാനും നിയന്ത്രിക്കാനും അവർക്കൊന്നിനും സാധിക്കുമായിരുന്നില്ല. അവരെല്ലാം കണ്ണിൽക്കണ്ണിൽ നോക്കിയിരുന്ന് ദീർഘനിശ്വാസം ചെയ്യുകമാത്രം ചെയ്തു. ചെറുകിളികളിൽ ചിലർക്കൊക്കെ സായിപ്പു പക്ഷികളുടെയും ശിങ്കിടികളുടെയും കിളികുലക്കോട്ടയിലെ ഈ വാഴ്ച അവസാനിപ്പിക്കണമെന്നുണ്ടെങ്കിലും അവരുടെ അധികാരത്തിനെതിരായ ഒരു ചോദ്യംചെയ്യലിന് തുടക്കം കിട്ടാതെ അവരും വിഷമിക്കുകയായിരുന്നു.

എട്ട്

ഇക്കാലത്തിനിടയിൽ കിളികുലക്കോട്ടയിൽ രസകരമായ ചില സംഭവങ്ങളുണ്ടായി. സ്വതവേ തമാശക്കാരനായ കോമാളി വണ്ണാത്തിപ്പുള്ള് തെക്കൻ കിളികുലക്കോട്ടയിൽചെന്ന് സായിപ്പുപക്ഷികളെ നേരിൽ കണ്ടത് ആയിടയ്ക്കായിരുന്നു. സായിപ്പുപക്ഷികളെ നേരിൽക്കണ്ട് ആദരിക്കാനും വണങ്ങാനുമെന്ന മട്ടിലാണ് കോമാളിപ്പുള്ള് കാവൽക്കാരായ തെമ്മാടിക്കിളികളെ സ്വാധീനിച്ചത്. കോമാളിപ്പുള്ളിന്റെ ഇംഗിതം സത്യത്തിൽ ചില മാട്ട മൈനയെപ്പോലുള്ള സായിപ്പുപക്ഷികളുടെ ആരാധകവൃന്ദത്തെ അത്യധികം സന്തോഷിപ്പിക്കുകയാണുണ്ടായത്. കോമാളിപ്പുള്ളിനെപ്പോലെ ഒന്നിന് പുറകെ ഒന്നായി നാട്ടുകിളികളെല്ലാം സായിപ്പുപക്ഷികളുടെ അധികാരം അംഗീകരിച്ച് അടിമകളാവുമെന്ന ചിന്തയാണ് അവരെയെല്ലാം സന്തോഷിപ്പിച്ചത്. തെക്കൻ കിളികുലക്കോട്ടയിലെ വലിയ ഞാവൽ മരങ്ങളിൽ പടർന്നു കയറിത്തുടങ്ങിയ മുന്തിരി വള്ളികൾ പൂത്തു തുടങ്ങിയാൽ തെക്കൻ കിളികുലക്കോട്ടയിലേക്ക് അടിമക്കിളികളുടെ പ്രവാഹമായിരിക്കുമെന്നും അതോടെ സായിപ്പുപക്ഷികളുടെ ആരാധകരായ തങ്ങൾക്കെല്ലാം എന്നന്നേക്കുമായി അധികാര

ത്തിന്റെ സ്വർഗ്ഗവാതിൽ തുറന്നുകിട്ടുമെന്നും അവരാശിച്ചു.

"തെക്കൻ കിളികുലക്കോട്ടയിൽ പോയി സായിപ്പുപക്ഷികളെ മുഖംകാണിക്കണം. മുന്തിരിവള്ളിയും ആപ്പിൾ ചെടികളും നേരിൽ കാണണം. ദയവായി അനുവാദം തരണം."

കോമാളിപ്പുള്ള് വിനയം ഭാവിച്ചുകൊണ്ട് ചിലമാട്ട മൈനയ്ക്കു മുമ്പിൽ നിന്നു. ചിലമാട്ട മൈന തെല്ലൊന്ന് ആലോചിച്ചുകൊണ്ട് ഗൗരവത്തോടെ മറുപടി പറഞ്ഞു.

"ഉം. വേഗം പോയി വന്നേക്കണം. സായിപ്പുപക്ഷികൾ വിശ്രമിക്കുന്ന കൊമ്പിലൊന്നും പോയി പതിവുള്ള കോമാളിത്തരങ്ങൾ കാണിക്കരുത്. വെറുതെ ചിലച്ച് അവരെ ദേഷ്യം പിടിപ്പിക്കരുത്. സായിപ്പുപക്ഷികളെപ്പറ്റി കേട്ടറിഞ്ഞിട്ടുണ്ടാവുമല്ലോ?"

കോമാളിപ്പുള്ള് കൊക്ക് ആകാവുന്നത്ര താഴ്ത്തിനിന്ന് ചിലമാട്ട മൈനയുടെ നിർദ്ദേശങ്ങൾ അനുസരിക്കുന്നതുപോലെ മൗനം ഭജിച്ചു. പിന്നെ മറ്റൊന്നുമാലോചിക്കാതെ മനസ്സുനിറയെ ജിജ്ഞാസയുമായി തെക്കൻ കിളികുലക്കോട്ട ലക്ഷ്യമാക്കി ചിറകുവിരിച്ചു. അപ്പോൾ കോമാളിപ്പുള്ളിന്റെ മനസ്സുനിറയെ തെക്കൻ കിളികുലക്കോട്ടയിൽ മരങ്ങളിൽ പടർന്നു പന്തലിച്ച മുന്തിരി വള്ളികളും നിലങ്ങളിലെല്ലാം വളർന്നു മുറ്റിയ ആപ്പിൾ മരങ്ങളുമായിരുന്നു. നിമിഷനേരം കൊണ്ട് തെക്കൻ കിളികുലക്കോട്ടയിലെത്തിയ കോമാളിപ്പുള്ള് അവിടത്തെ കാഴ്ചകൾകണ്ട് ശരിക്കും അന്ധാളിച്ചുപോയി. തെക്കൻ കിളികുലക്കോട്ടയിലെ ഏറ്റവും വലിയ ഞാവൽ മരം നിറയെ പൂക്കളോ കായ്കളോ ഇല്ലാത്ത ഒരുതരം കാട്ടുവള്ളി പടർന്നുകയറി ഞാവൽ മരത്തിന്റെ ഒരിലപോലും പുറത്തുകാണാത്ത വിധം മൂടിയിരിക്കുന്നു. ഇതാണോ സായിപ്പുപക്ഷികൾ നട്ടുവളർത്തിയ മുന്തിരിവള്ളികൾ?. അവൻ ഒരു നിമിഷം ഉത്തരം കിട്ടാതെ ആകാശം നോക്കി പകച്ചുനിന്നു. അപ്പോൾ അവന്റെ മനസ്സിൽ കിളികുലക്കോട്ടയുടെ ഭാവിയെക്കുറിച്ചുള്ള പലപല സംശയങ്ങളും കരിമേഘങ്ങളായി വന്നടിഞ്ഞുകൊണ്ടിരുന്നു. ഇതൊരു വലിയ ചതിയുടെ ആരംഭമാണെന്ന് അവന് പൂർണ്ണമായും മനസ്സിലായി.

തനിക്കെന്തു സംഭവിച്ചാലും സായിപ്പുപക്ഷികൾ പാർ

ക്കുന്ന ഞാവൽ മരത്തിലേക്ക് ധൈര്യത്തോടെ പറന്നുചെന്ന് ഈ അന്യായത്തെ മുന്നും പിന്നും നോക്കാതെ ചോദ്യം ചെയ്യ ണമെന്നുതന്നെയാണ് അവനാദ്യം ആലോചിച്ചത്. പക്ഷേ, മറ്റു നാട്ടുകിളികളോടാലോചിക്കാതെ എടുത്തുചാടി സാഹസിക മായി എന്തെങ്കിലും ചെയ്യുന്നത് ബുദ്ധിയല്ലെന്ന് മനസ്സ് പെട്ടെന്ന് തന്നെ തിരുത്തി. സായിപ്പു പക്ഷികളും ശിങ്കിടികളായ തെമ്മാ ടിക്കുരുവികളും ചേർന്ന് തന്നെ കൊത്തിക്കൊന്ന് നീലപ്പുഴയി ലെറിഞ്ഞാലും കുറച്ച് കാലത്തേക്ക് കിളികുലക്കോട്ടയിൽ ആരും അക്കാര്യം അറിയണമെന്നുപോലുമില്ല. താനും സായി പ്പുപക്ഷികളുടെ അടിമയായി തെക്കൻ കിളികുലക്കോട്ടയിൽ സുഖമായി കഴിയുകയാണെന്നേ നാട്ടുകിളികൾ മനസ്സിലാക്കു കയുള്ളൂ. അല്ലെങ്കിൽ ഇപ്പോൾതന്നെ അതാരെങ്കിലും അറി ഞ്ഞാൽത്തന്നെ അതു തന്റെ വിവരക്കേടിന് കിട്ടിയ ശിക്ഷയായി മാത്രമെ ഇപ്പോഴത്തെ നിലയ്ക്ക് കിളികുലം വിധിയെഴുതൂ. പക്ഷേ, ഇക്കാര്യത്തിൽ ഞാനൊന്നുമറിഞ്ഞില്ലെന്ന ഭാവത്തിൽ ഒന്നും ചെയ്യാതെ അടങ്ങിയിരിക്കുന്നത് കിളികുല ദ്രോഹമാ ണെന്നുകൂടി അവൻ മനസ്സിലുറച്ചു. അവന്റെ മനസ്സിൽ നുര ഞ്ഞുപൊന്തിയ എല്ലാ ചോദ്യങ്ങൾക്കുമുള്ള ഉത്തരങ്ങൾ കണി യാൻ ചെമ്പോത്തിന്റെ വാക്കുകളിലൂടെ അവൻ വായിച്ചെടു ക്കുകയായിരുന്നു. കിളിക്കുലക്കോട്ട നാട്ടുകിളികൾക്ക് എന്നെ ന്നേക്കുമായി നഷ്ടപ്പെടാൻ പോകുകയാണെന്ന കണിയാൻ ചെമ്പോത്തിന്റെ പ്രവചനങ്ങൾ ഫലിക്കാൻ പോവുകയാണ്. അക്കാര്യം കോമാളിപ്പുള്ളിന് തികച്ചും ബോദ്ധ്യമായി. കാട്ടു വള്ളികൾ മിക്കവാറും മൂടിക്കഴിഞ്ഞ ഞാവൽ മരങ്ങൾ സൂര്യ പ്രകാശംകിട്ടാതെ കരിഞ്ഞുണങ്ങുന്ന കാഴ്ച അവന്റെ കൺമു മ്പിൽ പലവട്ടം തെളിഞ്ഞു. പഴുത്ത ഞാവൽ പഴങ്ങളും കൂടു കൂട്ടാൻ ഞാവൽ ചില്ലകളും ഇല്ലാതെ വരുമ്പോൾ നാട്ടുകിളി ക്കൂട്ടങ്ങൾ കിളികുലക്കോട്ട ഉപേക്ഷിച്ച് മറ്റെങ്ങോട്ടെങ്കിലും പോവുമെന്ന കണക്കുകൂട്ടലിലാണ് സായിപ്പുപക്ഷികൾ ഇങ്ങ നെയെല്ലാം ചെയ്യുന്നതെന്ന് കണിയാൻ ചെമ്പോത്ത് പലവട്ടം പറഞ്ഞത് അവൻ ഓർക്കുന്നുണ്ടായിരുന്നു. കോമാളിപ്പുള്ളിന് ഒരു നിമിഷം മുമ്പൊന്നുമില്ലാത്തവിധം വല്ലാത്ത ഭയം തോന്നി.

സായിപ്പുപക്ഷികളെ നേരിട്ടുകാണാനുള്ള കൗതുകം പോലും അവന്റെ മനസ്സിൽ ഒരുനിമിഷംകൊണ്ട് ഇല്ലാതായി. എങ്ങനെ യെങ്കിലും തെക്കൻ കിളികുലക്കോട്ടവിട്ട് പുറത്ത് കടക്കണമെന്ന തോന്നലിൽ അവൻ കുറച്ചുനേരം പകച്ചു നിന്നു. പിന്നെ ലക്ഷ്യ മില്ലാതെ ധൃതിയിൽ ചിറകടിച്ച് എങ്ങോട്ടെന്നില്ലാതെ പറന്നു.

കോമാളിപ്പുള്ള് തെക്കൻ കിളികുലക്കോട്ട കാണാൻ പോയതും സായിപ്പു പക്ഷികളെ കാണാൻ അനുവാദംകിട്ടിയ തുമായ വാർത്തകൾ അപ്പോഴേക്കും എല്ലായിടത്തും പരന്നു കഴിഞ്ഞിരുന്നു. നാട്ടുകിളിക്കൂട്ടങ്ങൾ അവന്റെ തിരിച്ചുവരവും കാത്ത് മനസ്സുനിറയെ ആകാംക്ഷയോടെ വടക്കൻ കിളികുല ക്കോട്ടയിൽ ഓരോരോ മരക്കൊമ്പുകളിൽ നിശ്ശബ്ദരായിരുന്നു. എന്തെല്ലാം അത്ഭുത വാർത്തകളാണ് തെക്കൻ കിളികുലക്കോ ട്ടയിൽനിന്നും കോമാളിപ്പുള്ള് കൊണ്ടുവരാൻ പോകുന്നതെന്ന് എല്ലാവരും ആകാംക്ഷയോടെ കാത്തിരിക്കുകയായിരുന്നു. മുഖത്ത് വല്ലാത്തൊരുഭാവവും മനസ്സുനിറയെ വെപ്രാളവുമായി കോമാ ളിപ്പുള്ള് വടക്കൻ കിളികുലക്കോട്ടയിൽ തിരിച്ചെത്തിയപ്പോൾ നാട്ടുകിളികൾ ആവേശത്തോടെ അവനെ പൊതിഞ്ഞു. തെക്കൻകി ളികുലക്കോട്ടയിൽ താൻ കണ്ട ഞെട്ടിക്കുന്ന കാഴ്ചകൾ ഓരോ ന്നോരോന്നായി അവൻ നാട്ടുകിളിക്കുട്ടങ്ങൾക്കു മുമ്പിൽ നിരത്തി. അപ്പോഴേക്കും കണിയാൻ ചെമ്പോത്തും അവിടെയെത്തി.

“എന്തൊക്കെയുണ്ട് കോമാളീ തെക്കൻ കിളികുലക്കോട്ട യിലെ വിശേഷങ്ങൾ? കാഴ്ചകൾ അതിമനോഹരം തന്നെ യല്ലേ?” കണിയാൻ ചെമ്പോത്തിന്റെ നർമ്മം കലർന്ന സ്വത സിദ്ധമായ വാക്കുകൾ കേട്ടപ്പോൾ എല്ലാവരും നിശ്ശബ്ദരായി.

“തെക്കൻ കിളികുലക്കോട്ടയിലെ കാഴ്ച്ചകൾ കാണേണ്ട തുതന്നെ കണിയാരെ. ഇങ്ങനെ പോയാൽ ഒരു മാസംകൊണ്ട് നാട്ടുകിളികൾക്ക് കിളികുലക്കോട്ട എന്നൊന്നില്ലാതാകും. മുന്തി രിവള്ളികളെന്നും പറഞ്ഞ് ഏതോ നാട്ടിൽ നിന്നും സായിപ്പ്പ ക്ഷികൾ കൊണ്ടുവന്ന കാട്ടുവള്ളികളാണിപ്പോൾ തെക്കൻ കിളി കുലക്കോട്ടയാകെ ഞാവൽ മരങ്ങളിൽ പടർന്നിരിക്കുന്നത്. ഞാവൽ മരങ്ങളിലും ചെറുമരങ്ങളിലും വിഷപ്പാമ്പുകളെ പ്പോലെ പടർന്നുകയറിക്കിടക്കുകയാണ് ആ കാട്ടുവള്ളികൾ.

ഇങ്ങനെപോയാൽ അടുത്ത കൊല്ലം തെക്കൻ കിളിക്കോട്ടയിൽ കായ്കനികളൊന്നുമില്ലാതാവുമെന്നുറപ്പാണ്. അതു കഴിഞ്ഞാൽ ചുറ്റിപ്പടരാൻ മരങ്ങളില്ലാതെയാവുമ്പോൾ കാട്ടുവള്ളികൾ വടക്കൻ കിളികുലക്കോട്ടയിലുമെത്തും." കോമാളിപ്പുള്ള് കിതപ്പിനിടയിൽ പറഞ്ഞുനിർത്തി. കോമാളിപ്പുള്ളിന്റെ ആശങ്കമുറ്റിയ വാക്കുകൾ കേട്ട് കണിയാൻ ചെമ്പോത്ത് പൊട്ടിച്ചിരിച്ചുകൊണ്ട് പറഞ്ഞു.

"ചുറ്റിപ്പടരാൻ കാട്ടുവള്ളികൾക്ക് മരങ്ങളില്ലെങ്കിലെന്താ കുലദ്രോഹികളായ തെമ്മാടിക്കിളികളുണ്ടല്ലോ. ചിലമാട്ട മൈനയും മീൻകള്ളത്തിപ്പാറുവും കിറുക്കൻ മരങ്കൊത്തിയുമൊക്കെ സന്തോഷത്തോടെ അതിന് സമ്മതിക്കും."

"പരിഹാസം പറയേണ്ട സമയമല്ല കണിയാരേ. ഈ അപകടം തരണം ചെയ്യാൻ അടിയന്തിരമായി നാമെന്തു ചെയ്യണമെന്നാണ് പറയേണ്ടത്" കിളിക്കൂട്ടത്തിലാരോ വിനയത്തോടെ ശബ്ദം താഴ്ത്തി കണിയാൻ ചെമ്പോത്തിനോട് അപേക്ഷിച്ചു.

"വിവരദോഷികളും അഹങ്കാരികളുമായ തെമ്മാടിക്കിളികളുടെ സഹായമില്ലാതെ ഇപ്പോഴും ഒരു നിമിഷം പോലും സായിപ്പുപക്ഷികൾക്ക് തെക്കൻ കിളികുലക്കോട്ടയിൽ സ്വസ്ഥമായി കഴിയാനാവില്ല. ആദ്യം തെമ്മാടിക്കിളികളെ വരാൻപോകുന്ന അപകടങ്ങൾ പറഞ്ഞ് മനസ്സിലാക്കണം. നന്നായി പറഞ്ഞുകൊടുത്തിട്ടും മനസ്സിലാകുന്നില്ലെങ്കിൽ കിളികുലത്തിൽ നിന്നും എന്നന്നേക്കുമായി പുറത്താക്കണം. ആദ്യം തെക്കൻ കിളികുലക്കോട്ടയിൽ കോമാളിപ്പുള്ള് കണ്ട ഞെട്ടിക്കുന്ന കാഴ്ചകൾ കിളികുലത്തെയാകെ അറിയിക്കട്ടെ. പാട്ടുകാരായ കുയിലുകളുടെ പാട്ടുകളിലൂടെ തെക്കൻ കിളിക്കോട്ടയിലെ ദുരന്തങ്ങൾ കിളികുലമാകെ പ്രചരിക്കട്ടെ." കിഴവനായ കണിയാൻ ചെമ്പോത്തിന്റെ വാക്കുകൾ കിതപ്പുകൊണ്ട് ഇടറിപ്പോയിരുന്നു. കേട്ടുനിന്നവരുടെ കണ്ണുകളിലെല്ലാം പ്രത്യാശയുടെ തിളക്കം കണ്ടപ്പോൾ കണിയാൻ ചെമ്പോത്തിന് ആവേശമായി.

"ചിലപ്പോൾ തെക്കൻ കിളികുലക്കോട്ടയിൽ സായിപ്പുപക്ഷികൾ നട്ടുവളർത്തിയിരിക്കുന്നത് ഏതോ നാട്ടിലെ വിഷക്കായയുടെ വള്ളിപ്പടർപ്പുകളായിരിക്കും. അതു തിന്നാൽ ഇന്നല്ലെ

ങ്കിൽ നാളെ കിളികുലക്കോട്ടയിലെ നാട്ടുകിളികളൊക്കെ ചത്തു മണ്ണടിയുമെന്നും ശിങ്കിടികളായ തെമ്മാടിക്കിളികൾ മാത്രം അതിൽ നിന്നും രക്ഷപ്പെടുമെന്നും ആരും കരുതേണ്ടെന്നും ആദ്യം തെമ്മാടിക്കിളികൾ മനസ്സിലാക്കട്ടെ. സ്വന്തം കുലത്തിൽ നടക്കാൻ പോകുന്ന കാര്യങ്ങൾ മുൻകൂട്ടിക്കണ്ട് മുന്നറിയിപ്പു നല്കുന്നവനെ കണിയാനെന്ന് വിളിച്ച് കളിയാക്കിയതുകൊണ്ട് കാര്യമില്ല. കണിയാൻ പറയുന്ന കാര്യത്തിൽ കഴമ്പുണ്ടോ എന്നേ അറിയേണ്ടതുള്ളൂ." കണിയാൻ ചെമ്പോത്തിന്റെ കുത്തുവാക്കുകൾ കേട്ട്, അത് കേട്ടുനിന്നവരെല്ലാം തങ്ങളുടെ കുറ്റം ഏറ്റുപറയുന്നതുപോലെ തലയും താഴ്ത്തി നിന്നു.

"ഇപ്പോൾ സായിപ്പുപക്ഷികൾ തെക്കൻ കിളികുലക്കോട്ടയിൽ മാത്രമേ തങ്ങളുടെ അധികാരം ഉറപ്പിച്ചിട്ടുള്ളൂ. കിളികുലത്തിലെ ആരിൽനിന്നും ചെറുത്തുനില്പില്ലെന്നു കണ്ടാൽ നാളെ അവർ വടക്കൻ കിളികുലക്കോട്ടയിലുമെത്തും. അങ്ങനെ മറ്റന്നാൾ കിളികുലക്കോട്ടയാകെ അവരുടേതാകും. ജനിച്ചു വളർന്ന മരച്ചില്ലകളിൽ നിന്ന് ആട്ടിയോടിക്കപ്പെടുന്ന നാട്ടുകിളിക്കൂട്ടങ്ങൾ ഭാവിയിൽ ഗതികിട്ടാപ്രേതങ്ങളെപ്പോലെ കിളികുലക്കോട്ടയ്ക്ക് പുറത്ത് അലഞ്ഞുനടക്കേണ്ടിവരും. കാര്യങ്ങൾ എന്നന്നേക്കുമായി കൈവിട്ടുപോയിട്ട് പിന്നെ എവിടെയെങ്കിലുമിരുന്ന് ചിലച്ചിട്ടു കാര്യമില്ല." അനുഭവ സമ്പന്നനായ കണിയാൻ ചെമ്പോത്തിന്റെ ചുവന്ന കണ്ണുകളിൽ ആവേശത്തിന്റെ തീത്തരികൾ മിന്നിമായുന്നത് നാട്ടുകിളിക്കൂട്ടം ആവേശത്തോടെ കണ്ടുനിന്നു.

"നാളെത്തന്നെ കിളികുലത്തെയാകെ വടക്കൻ കിളികുലക്കോട്ടയിൽ വിളിച്ചു ചേർക്കണം. എല്ലാവരും അറിയാനായി കാര്യങ്ങൾ വിശദീകരിക്കണം." കോമാളിപ്പുള്ളും അപ്പോൾ അവിടെ പറന്നെത്തിയ കിങ്കരൻ മരങ്കൊത്തിയും ഒരേ ശബ്ദത്തിൽ പറഞ്ഞു. കേട്ടുനിന്നവർ ആരവത്തോടെ ആ തീരുമാനം ശരിവെച്ചു. ഇക്കാര്യത്തിൽ ഒരു തീരുമാനമാവുന്നതുവരെ കിളികുലക്കോട്ട വിട്ട് എങ്ങോട്ടും പോവരുതെന്ന് നാട്ടുകിളിക്കൂട്ടം കണിയാൻ ചെമ്പോത്തിനോട് താണുകേണ് അപേക്ഷിച്ചു. കണിയാൻ ചെമ്പോത്തിന്റെ ദീർഘമായ മൗനം സമ്മതമായി മനസ്സിലാക്കിയപ്പോൾ മരക്കൊമ്പുകളിൽ വീണ്ടും ആവേശ

ത്തിന്റെ ആരവം മുഴങ്ങി. പിന്നെയും കിളിക്കൂട്ടങ്ങൾ കുറേനേരം മരക്കൊമ്പുകളിലിരുന്ന് തമ്മിൽ തമ്മിൽ എന്തൊക്കെയോ ചില ച്ചുകൊണ്ടിരുന്നു. എല്ലാവരിലും പുതിയ ആവേശത്തിന്റെ തിര യിളക്കം കണ്ട് കണിയാൻ ചെമ്പോത്തിനും കോമാളിപ്പുള്ളിനും കിങ്കരൻ മരങ്കൊത്തിക്കും വലിയ സന്തോഷം തോന്നി.

വടക്കൻ കിളികുലക്കോട്ടയിൽ പിറ്റേന്നുതന്നെ നാട്ടുകിളി കളുടെ സമ്മേളനം വിളിച്ചുചേർത്ത അറിയിപ്പുമായി മൈന കളും തത്തകളുമെല്ലാം നാലുപാടും പറന്നു. ഇങ്ങനെയൊരു സമ്മേളനം ഇതാദ്യമായാണ് കിളികുലക്കോട്ടയിൽ വിളിച്ചു ചേർക്കുന്നത്. ഇതുവരെ ഇങ്ങനെയൊരു സമ്മേളനം വിളിച്ചു ചേർക്കേണ്ട സ്ഥിതി കിളികുലക്കോട്ടയിൽ വന്നുചേർന്നിട്ടില്ല. ചെറിയവനും വലിയവനുമെന്ന വ്യത്യാസമില്ലാതെ കേട്ടവർ കേട്ടവർ ഇക്കാര്യം അറിയിച്ചുകൊണ്ട് നാടൊട്ടുക്കും പറന്നു. മൈനയും പുള്ളും പരുന്തും ഓലവാലനും തത്തയും കൊക്കും കുയിലും കാലൻകോഴിയും കാട്ടുകോഴിയുമെല്ലാം അക്കൂട്ടത്തി ലുണ്ടായിരുന്നു. കണിയാൻ ചെമ്പോത്തിന് ആ രംഗം കണ്ട പ്പോൾ കണ്ഠമിടറിപ്പോയി. കണിയാൻ ചെമ്പോത്ത് അതിരു വിട്ട ആവേശത്തിൽ പറഞ്ഞു.

“ഓരോരുത്തനും ഇതുവരെ അവനവന്റെ ഓരോരോ മികവും പറഞ്ഞ് കോമാളിവേഷം കെട്ടി പറന്നു കളിക്കുകയാ യിരുന്നില്ലേ? എന്തൊക്കെ വീരവാദങ്ങളായിരുന്നു? വർണ്ണച്ചിറ കുള്ളവൻ, നിറുകയിൽ പൂവുള്ളവൻ, തൂവെള്ളച്ചിറകുള്ളവൻ, നീളൻ കൊക്കുള്ളവൻ, പാട്ടുകാരൻ, ആട്ടക്കാരൻ, അങ്ങനെ യെന്തെല്ലാം അഹങ്കാരങ്ങളാണ് ഓരോരുത്തനും പറയാനുണ്ടാ യിരുന്നത്. കിളികുലക്കോട്ടയിലെ ഞാവൽ മരങ്ങളിൽ സായി പ്പിന്റെ അന്തകൻ വള്ളികൾ പടർന്നുകയറിയപ്പോൾ മികവുള്ള വനും ഇല്ലാത്തവനും ഒരുപോലെയായി. ആരെയും ഞെട്ടി ക്കുന്ന ആ ദുരന്ത വാർത്തയുമായി കിളികുലത്തിൽ എത്തിയ താരാ..... ഇന്നലെവരെ കിളികുലമാകെ കോമാളിയെന്ന് വിളിച്ച് പരിഹസിച്ച നമ്മളുടെ കോമാളിപ്പുള്ള്. അപ്പോഴാരാ ശരിക്കും കോമാളിയായത്? കൊത്തിത്തിന്നാൻ കൊക്കും മേഘങ്ങൾക്ക് കീഴെ പറക്കാൻ ചിറകുമുള്ളവൻ കിളിയെന്നും അവരുടെ കൂട്ടം

കിളിക്കൂട്ടമെന്നും മനസ്സിലായത് ഏതോ നാട്ടുകാരായ സായിപ്പിനെ കണ്ടപ്പോഴാണ്. സായിപ്പിനെ കണ്ടപ്പോൾ കവാത്ത് മറന്നതിന്റെയല്ല ഓർമ്മവന്നതിന്റെ ലക്ഷണമാണിപ്പോൾ കിളികുലത്തിൽ കണ്ടത്. ഇതു വലിയ സന്തോഷംതന്നെ." കണിയാൻ ചെമ്പോത്തിന്റെ അവസാനത്തെ വാക്കുകൾ കേൾക്കാൻ അപ്പോൾ അവിടെയാരുമുണ്ടായിരുന്നില്ല. എല്ലാവരും ഒന്നും കേട്ടില്ലെന്ന ഭാവത്തിൽ ജ്യാള്യതയോടെ ദൂരെയുള്ള കൊമ്പുകളിലേക്ക് മാറിയിരിക്കുകയായിരുന്നു.

ഒൻപത്

തെക്കൻ കിളികുലക്കോട്ടയിലെ രഹസ്യങ്ങളും വിശേഷങ്ങളുമറിയാൻ കിളികുലത്തിൽ അറിയപ്പെടുന്ന സമർത്ഥരായ രണ്ട് മീൻകള്ളത്തികളെയാണ് സമ്മേളനം തെരഞ്ഞെടുത്തത്. കുഞ്ഞൻ മീൻകള്ളത്തിയും കുട്ടൻ മീൻകള്ളത്തിയും. ഒരമ്മയുടെ മക്കളാണവർ. സമ്മേളനം കഴിഞ്ഞയുടൻ അവർ രണ്ടുപേരും തെക്കൻ കിളികുലക്കോട്ടയിലേക്ക് പുറപ്പെട്ടു. കിളികുലമാകെ ആരവം മുഴക്കിയാണ് തെക്കൻ കിളികുലക്കോട്ടയിലേക്ക് അവരെ യാത്രയാക്കിയത്. നിമിഷങ്ങൾക്കകം അവർ രണ്ടുപേരും തെക്കൻ കിളികുലക്കോട്ടയിലെത്തി. പുഴഞാവൽ മരത്തിന്റെ സമീപത്തെ മരപ്പൊത്തുകളിലൊന്നിൽ പതുങ്ങിയിരുന്നു. അപ്പോൾ മുതൽ രാവും പകലും അവർ രണ്ടുപേരും കാര്യങ്ങൾ നിരീക്ഷിച്ചുകൊണ്ടിരിക്കുയായിരുന്നു. ഒരിക്കലും തെമ്മാടിക്കിളികളുടെ ശ്രദ്ധയിൽപെടാതിരിക്കാൻ അവർ തീർത്തും മൗനികളായാണ് മരപ്പൊത്തുകളിൽ കഴിഞ്ഞത്. സായിപ്പുപക്ഷികൾക്ക് തിന്നാൻ പുഴയിൽ മുങ്ങി മത്സ്യം പിടിക്കുന്ന തെമ്മാടിക്കിളികളുടെ ആവേശവും സന്തോഷവും കണ്ട് അവർ ശരിക്കും അമ്പരന്നുപോയി. സായിപ്പുപക്ഷികൾ അധികസമയവും ഞാവൽ മരക്കൊമ്പിൽ യജമാനന്മാരായി ഗൗരവത്തിൽ ഇരിക്കുകയാണ്. സായിപ്പുപക്ഷികളുടെ കൂടെയിരുന്ന് ഭക്ഷണം കഴിക്കുന്നതിലുള്ള അഹങ്കാരത്തിലാണ് വിവരദോഷികളായ തെമ്മാടിക്കിളികൾ. നാണവും മാനവുമില്ലാതെയാണ്

ഈ കോപ്രായങ്ങളൊക്കെ കാണിക്കുന്നത്. പരിഷ്ക്കാരമില്ലാത്ത നാട്ടുകിളികൂട്ടങ്ങളുടെ വിഡ്ഢിത്തങ്ങളെക്കുറിച്ചും ഞാവൽപ്പഴത്തിന്റെ ചവർപ്പുമൊക്കെയാണ് അവരപ്പോൾ അഹങ്കാരത്തോടെ സംസാരിച്ചുകൊണ്ടിരുന്നത്. ഏതോ ലഹരിക്ക് അടിമപ്പെട്ടതുപോലെയായിരുന്നു തെമ്മാടിക്കിളികളുടെ പെരുമാറ്റം. കുഞ്ഞൻ മീൻകള്ളത്തിയും കുട്ടൻ മീൻകള്ളത്തിയും ഇന്നേവരെ കാണാത്ത കാഴ്ചകളെല്ലാം രാവും പകലും അത്ഭുത്തോടെ കണ്ടും കേട്ടുമിരുന്നു. നേരം നന്നായി ഇരുട്ടിയിട്ടും മരക്കൊമ്പുകളിൽ തെമ്മാടിക്കിളികളുടെ അഹങ്കാരത്തോടെയുള്ള ചിലയ്ക്കൽ കേൾക്കുന്നുണ്ടായിരുന്നു.

പിറ്റേന്ന് കാലത്ത് തെക്കൻ കിളികുലക്കോട്ടയിൽ കണ്ട കാഴ്ചകൾ മീൻകള്ളത്തികളെ അക്ഷരാർത്ഥത്തിൽ ഞെട്ടിക്കുന്നതായിരുന്നു. കിഴക്ക് വെള്ളകീറി വരുന്നതേയുണ്ടായിരുന്നുള്ളൂ. നീലപ്പുഴയിലെ വെള്ളത്തിൽ ഉദയസൂര്യന്റെ ആദ്യരശ്മികൾ വീണ് പൊന്ന് കോരിയൊഴിച്ചതുപോലെ കിടക്കുകയായിരുന്നു. കിഴക്കൻ ചക്രവാളമാകെ ഇളംനീലനിറമുള്ള മഞ്ഞ് പെയ്തുകൊണ്ടിരുന്നു. പുഴയുടെ വടക്കുഭാഗത്തുനിന്നും അസാധാരണമായ ഒരു ഇരമ്പം കേട്ടാണ് മീൻകള്ളത്തികൾ ഉണർന്ന് മരപ്പൊത്തിൽനിന്നും പുറത്തേക്ക് വന്നത്. നീലപ്പുഴയിൽ അകലെനിന്നും ഒരു യന്ത്രബോട്ട് തെക്കുഭാഗത്തേക്ക് കുതിച്ചു വരുന്ന കാഴ്ച കണ്ട് അവർ അത്ഭുതപ്പെട്ടു. നീലപ്പുഴയിൽ അന്നേവരെ ഒരു യന്ത്രബോട്ട് വന്നതായി അവർക്കോർമ്മയില്ല. യന്ത്രബോട്ടിന്റെ ഇരമ്പവും പുഴയിലെ അന്നോളമില്ലാത്ത ഓളംവെട്ടലുമൊക്കെ കണ്ടപ്പോൾ അവർക്ക് വലിയ കൗതുകമായി. ഇതൊന്നും നീലപ്പുഴയിൽ ഇന്നേവരെ കാണാത്ത കാഴ്ചകളാണ്. ബോട്ടുകൾ തെക്കൻ കിളികുലക്കോട്ടയെ ലക്ഷ്യമാക്കിയാണ് വന്നുകൊണ്ടിരിക്കുന്നത്. ബോട്ട് തെക്കൻ കിളികുലക്കോട്ടയുടെ തീരത്തോടടുത്തു കൊണ്ടിരിക്കേ മറ്റൊരു അത്ഭുതക്കാഴ്ച കൂടി അവർ കണ്ടു. സായിപ്പുപക്ഷികളും ശിങ്കിടികളായ തെമ്മാടിക്കിളികളും ആരവത്തോടെ ബോട്ടിനുചുറ്റും വട്ടമിട്ട് പറക്കുന്നു. ബോട്ടിലുള്ള നാലഞ്ചുപേർ അവർക്കുനേരെ ആവേശത്തോടെ കൈകൾ വീശുന്നതും എന്തൊക്കെയോ

ചെറിയ ചെറിയ സാധനങ്ങൾ പുഴയിലേക്ക് വലിച്ചെറിയുന്നതും തെമ്മാടിക്കിളികൾ പുഴയ്ക്ക് മീതെ പറന്ന് അതെല്ലാം കൊത്തിപ്പെറുക്കി തിന്നുന്നതും കൂടി കണ്ടപ്പോൾ മീൻ കള്ളത്തികൾക്ക് കൗതുകമേറി. അവർ രണ്ടുപേരും സ്വന്തം ചിറകൊച്ചപോലും കേൾപ്പിക്കാതെ മരപ്പൊത്തിൽനിന്നും ഒളിച്ചുകടന്ന് പുഴയിലേക്ക് ചെരിഞ്ഞു നിന്ന ഒരു കണ്ടൽ മരക്കൊമ്പിൽ ഇലകൾക്കിടയിൽ പതുങ്ങിയിരുന്നു. ബോട്ട് സാവകാശം കരയോടടുക്കുകയായിരുന്നു. കുറച്ചു കഴിഞ്ഞപ്പോൾ ബോട്ടിലുണ്ടായിരുന്നവർ ഓരോരുത്തരായി പുഴവെള്ളത്തിലേക്കിറങ്ങി. അവർ നാലുപേരുണ്ടായിരുന്നു. ചെമ്പിച്ച മുടിയും നല്ല ആപ്പിൾപോലെ തുടുത്ത മുഖവുമുള്ള നാലു ചെറുപ്പക്കാർ. വെളുത്ത നിറമുള്ള ട്രൗസറും ബനിയനുമാണ് വേഷം. മുതുകിൽ ഓരോ വലിയ ഭാണ്ഡങ്ങളും പേറി അവർ കരയിലേക്ക് നടന്നപ്പോൾ തെമ്മാടിക്കിളികളും സായിപ്പ് പക്ഷികളും അവർക്ക് അകമ്പടിയായി ആകാശത്ത് പറന്നുകളിച്ചു.. അവരിലൊരാൾ കയ്യിൽ ഉയർത്തിപ്പിടിച്ചത് ഒരു വലിയ തോക്കാണെന്നും മീൻകള്ളത്തികൾക്ക് പെട്ടെന്നുതന്നെ മനസ്സിലായി. ഇനിയൊരു നിമിഷം തെക്കൻ കിളികുലക്കോട്ടയിൽ നില്ക്കേണ്ടതില്ലെന്നും നിന്നാൽ തങ്ങളുടെ ജീവനുതന്നെ അപകടമാണെന്നും രണ്ടുപേർക്കും മനസ്സിലായി. അവർ ഒച്ചയനക്കമില്ലാതെ കുറച്ചുനേരംകൂടി ആ കണ്ടൽ മരക്കൊമ്പിലിരുന്നുകൊണ്ട് രംഗം വീക്ഷിച്ചു. നീളം കുറഞ്ഞ ട്രൗസറുകൾ ധരിച്ച ആ ചെറുപ്പക്കാർ അത്ഭുതം മുറ്റിയ കണ്ണുകളുമായി കിളികുലക്കോട്ടയിലെ ഇടതൂർന്ന കുറ്റിക്കാടുകളിലേക്ക് നടന്നുകയറുകയായിരുന്നു. മുതുകിൽ പേറിയ ഭാണ്ഡങ്ങൾ നിലത്തുവെക്കാതെ അവർ കിളികുലക്കോട്ടയുടെ ഉൾഭാഗത്തേക്ക് കയറിപ്പോയി. ഏതെങ്കിലും തരത്തിൽ സായിപ്പുപക്ഷികളുടേയോ അനുചരന്മാരായി നടക്കുന്ന തെമ്മാടിക്കിളികളുടേയോ ശ്രദ്ധയിൽപ്പെടുന്നത് തങ്ങളുടെ അന്ത്യത്തിന് തന്നെ കാരണമാവുമെന്ന ചിന്തയിൽ മീൻകള്ളത്തികൾ നടുങ്ങി. എത്രയും പെട്ടെന്ന് അവരുടെ ശ്രദ്ധയിൽപ്പെടാതെ തെക്കൻ കിളികുലക്കോട്ടവിട്ട് വടക്കൻ കിളികുലക്കോട്ടയിലെത്തണമെന്നും ഒരു നിമിഷംപോലും പാഴാക്കാതെ നാട്ടുകിളികളെ വിവരമറിയിക്കണമെന്നും മീൻകള്ളത്തികൾ പരസ്പരം

പറഞ്ഞു.പിന്നെ മറ്റൊന്നുമാലോചിക്കാതെ ഉൾവിറയലോടെ അവർ വടക്കൻ കിളികുലക്കോട്ടയിലേക്ക് പറക്കാൻ ചിറകുവിരിച്ചു.

കണ്ണുകളിൽ മുറ്റിനിന്ന ഭയത്തോടെ തിരിച്ചെത്തിയ മീൻ കള്ളത്തികളെ കണ്ടതും അക്ഷമരായി വടക്കൻ കിളികുലക്കോട്ടയിൽ കാത്തുനിന്നിരുന്ന നാട്ടുകിളിക്കൂട്ടം വലിയ ആരവത്തോടെ അവർക്കുചുറ്റും പറന്നുകൂടി. അകലങ്ങളിൽ മരക്കൊമ്പുകളിലുണ്ടായിരുന്നവരെല്ലാം ആകാംക്ഷയോടെ മീൻകള്ളത്തികൾ ഇരിക്കുന്ന കൊമ്പുകൾക്കുചുറ്റും വന്നിരുന്നു. അല്പം മുമ്പ് മറ്റെവിടേക്കോ പറന്നുപോയ കണിയാൻ ചെമ്പോത്തിനെ വിളിച്ചുകൊണ്ടുവരുവാൻ കിങ്കരൻ മരങ്കൊത്തിയും ഉയരത്തിൽ വട്ടമിട്ടുപറന്നു. നിമിഷനേരംകൊണ്ട് നാട്ടുകിളിക്കൂട്ടമൊന്നാകെ മീൻകള്ളത്തികൾക്കുചുറ്റും പറന്നെത്തി. അല്പസമയം കഴിഞ്ഞപ്പോൾ കിങ്കരൻ മരങ്കൊത്തിയും കണിയാൻ ചെമ്പോത്തും സ്ഥലത്തെത്തി. എല്ലാവരും മീൻ കള്ളത്തികളുടെ വാക്കുകൾക്കായി നിശ്ശബ്ദരായി കാതോർക്കുകയായിരുന്നു.

“എന്തൊക്കെയാണ് കുഞ്ഞാ തെക്കൻ കിളികുലക്കോട്ടയിലെ വിശേഷങ്ങൾ?”

കണിയാൻ ചെമ്പോത്തിന്റെ ചോദ്യത്തിൽ വല്ലാത്ത ജിജ്ഞാസയുണ്ടായിരുന്നു. കുട്ടൻ മീൻകള്ളത്തിയാണ് തെക്കൻ കിളികുലക്കോട്ടയിൽ തങ്ങൾ കണ്ട ഞെട്ടിക്കുന്ന കാഴ്ചകൾ വ്യാകുലതയോടെ വിവരിച്ചു തുടങ്ങിയത്. നാട്ടുകിളിക്കൂട്ടമൊന്നാകെ അത്ഭുതകരമായ പുതിയ വാർത്തകൾ കേട്ട് സ്തംഭിച്ചിരിക്കുന്നതു കണ്ടപ്പോൾ കിങ്കരൻ മരങ്കൊത്തി ഇടപെട്ടു.

“എല്ലാം കേട്ട് ഭീരുക്കളായി നിശ്ശബ്ദരായിരിക്കാനാണോ നിങ്ങളുടെയൊക്കെ ഭാവം? എന്നാൽ നമ്മുടെ കിളികുലക്കോട്ടയുടെ കാര്യം പൂജ്യം തന്നെ. സായിപ്പന്മാരുടെ ഈ വരവോടെ കാര്യങ്ങൾ എല്ലാം മാറി മറിഞ്ഞിരിക്കുന്നു. സായിപ്പുപക്ഷികൾക്കു പുറകെ സായിപ്പന്മാരും എത്തിയസ്ഥിതിക്ക് ഇനി ഒരു നിമിഷംപോലും കാത്തുനില്ക്കാനാവില്ല. കാത്തുനിന്നാൽ കിളികുലക്കോട്ട നമുക്ക് എന്നന്നേക്കുമായി നഷ്ടപ്പെടും. സായിപ്പന്മാരുടെ കയ്യിൽ തോക്കുണ്ടെന്ന കാര്യമൊന്നും നമ്മെ ഭയപ്പെടുത്തുന്നില്ല. ഈ സമയത്ത് ഭയം നമ്മെ കീഴ്പ്പെടുത്തിയാൽ വരാൻപോകുന്ന അപകടങ്ങൾ മുൻകൂട്ടിക്കാണാൻ നമുക്ക് കഴി

യാതെവരും. അതോടെ കിളികുലക്കോട്ടയുടെയും കിളികുലത്തിന്റെയും സർവ്വനാശം ആരംഭിക്കും. നീലപ്പുഴയിലെ തെളിഞ്ഞ വെള്ളം കിളികുലത്തിന്റെ രക്തംവീണ് ചുവന്നുകലങ്ങുമെന്നുറപ്പാണ്. നമ്മുടെ കളങ്കമില്ലാത്ത ആകാശത്തിൽ സായിപ്പന്മാരുടെ വെടിയുണ്ടകൾ തലങ്ങും വിലങ്ങും ചീറിപ്പായും. ആദ്യം മരിച്ചുവീഴുന്നത് സായിപ്പുപക്ഷികളുടെ ശിങ്കിടികളായ മീൻകള്ളത്തിപ്പാറുവും ചിലമാട്ട മൈനയും ശണ്ഠകുമാരനുമൊക്കെയായിരിക്കും. അതു തീർച്ചയാണ്. കാരണം അവർ സായിപ്പുപക്ഷികളുടെ രഹസ്യങ്ങൾ അറിയുന്നവരാണ്. രഹസ്യങ്ങൾ അറിയുന്നവരെ അവർ ആദ്യം വകവരുത്തും."

കിളികുലക്കൂട്ടം കിങ്കരൻ മരങ്കൊത്തിയുടെ വാക്കുകൾ നിശ്ശബ്ദരായി കേട്ടിരിക്കുകയായിരുന്നു. അതിനിടെ കണിയാൻ ചെമ്പോത്ത് കുറച്ചുകൂടി മുമ്പിലുള്ള ഒരു കൊമ്പിലേക്ക് വന്നിരുന്നു. കണിയാൻ ചെമ്പോത്ത് പറഞ്ഞു തുടങ്ങി.

"ഒരു തരത്തിലും പെട്ടെന്നുള്ള ആവേശത്തിൽ ഒരു കാര്യവും നാം ചെയ്യരുത്. അങ്ങനെ എടുത്തുചാടി എന്തെങ്കിലും ചെയ്യുന്നത് എപ്പോഴും അപകടമാണ്. ഇന്നു മുതൽ നാം കിളികുലമാകെ ഒറ്റപ്പക്ഷിയുടെ മനസ്സും ശരീരവുമായി മുന്നോട്ടുപോകണം. രണ്ടു ദിവസം എല്ലാം ആലോചിച്ചുറപ്പിച്ചതിനുശേഷമേ തെക്കൻ കിളികുലക്കോട്ടയിൽ നാം പ്രവേശിക്കാവൂ. കുഞ്ഞൻ മീൻകള്ളത്തിയും കുട്ടൻ മീൻകള്ളത്തിയും ഒരിക്കൽകൂടി തെക്കൻ കിളികുലക്കോട്ടയിലെത്തി സായിപ്പന്മാരുടെ നീക്കങ്ങൾ വിശദമായി മനസ്സിലാക്കട്ടെ. തെക്കൻ കിളികുലക്കോട്ടയിൽ വെടിയൊച്ച കേൾക്കുന്നുണ്ടോ എന്ന കാര്യം പ്രത്യേകം ശ്രദ്ധിക്കണം. നിങ്ങളുടെ ജീവനും അപകടം വരാതെ സൂക്ഷിക്കണം. നാളെയും കഴിഞ്ഞ് മറ്റന്നാൾ അസ്തമയത്തിന് മുമ്പ് നിങ്ങൾ തിരിച്ചെത്തണം. അതിനുശേഷമേ ഭാവികാര്യങ്ങൾ നാം തീരുമാനിക്കുകയുള്ളൂ. രണ്ടുദിവസത്തിനകം ഒന്നുരണ്ടു മരണങ്ങൾ തെക്കൻ കിളികുലക്കോട്ടയിൽ സംഭവിക്കാനിടയുണ്ട്. അത് നമ്മളിലൊന്നാകാതെ രണ്ടുപേരും സ്വയം കാത്തുകൊള്ളണം. അതിലാണ് നിങ്ങളുടെ മിടുക്ക്. സമർത്ഥരായ നിങ്ങളെ ഉപദേശിക്കുകയാണെന്ന് കരുതരുത്."

മീൻകള്ളത്തികൾ ആവേശത്തോടെ മുന്നോട്ട് വന്നു

പറഞ്ഞു "ഞങ്ങൾ ഇപ്പോൾത്തന്നെ തെക്കൻ കിളികുലക്കോട്ടയിലേക്ക് പുറപ്പെടുകയാണ്. കിളികുലത്തിന് വേണ്ടി മരിക്കാനും ഞങ്ങൾ തയ്യാറാണ്."

അതുകേട്ട് കിളിക്കൂട്ടമൊന്നാകെ ആവേശത്തോടെ പറഞ്ഞു "കിളികുലത്തിനുവേണ്ടി മരിക്കാൻ ഞങ്ങളും തയ്യാറാണ്. ഞങ്ങളും തയ്യാറാണ്."

തെക്കൻ കിളികുലക്കോട്ടയിലെ വിവരങ്ങൾ ശേഖരിക്കാൻ പോകുന്ന മീൻകള്ളത്തികൾക്ക് ചുറ്റും എല്ലാവരും കൂടിനിന്നു. ചിലരെല്ലാം അവരുടെ ധൈര്യത്തെ വാഴ്ത്തുകയായിരുന്നു. മീൻകള്ളത്തികളുടെ കണ്ണുകൾ അഭിമാനംകൊണ്ട് ചുവന്നിരുന്നു. കണിയാൻ ചെമ്പോത്തും കിങ്കരൻ മരങ്കൊത്തിയും കാളപ്പരുന്തും അല്പം മാറിനിന്ന് രഹസ്യമായി എന്തൊക്കെയോ സംസാരിക്കുകയായിരുന്നു. കിങ്കരൻ മരങ്കൊത്തിയുടെ വാക്കുകളിൽ തന്റെ നേരനുജൻ കിറുക്കൻ മരങ്കൊത്തി ശത്രുപക്ഷത്തായിപ്പോയതിന്റെ ദു:ഖമുണ്ടായിരുന്നു. മൂപ്പൻ ചെമ്പരുന്ത് അപ്പോഴും ഒന്നും സംസാരിക്കാതെ അകലെയുള്ള ഒരു കൊമ്പിൽ മാറിയിരിക്കുകയായിരുന്നു. മൂപ്പൻ ചെമ്പരുന്തിന്റെ മനസ്സിൽ കിളികുലത്തിന്റെ പഴയ പ്രവൃത്തികൾ ഇപ്പോഴും മായാതെ കിടക്കുന്നുണ്ടെന്ന് ആ മുഖം കണ്ടാലറിയാം. ശണ്ഠകുമാരന്റെ അമ്മയും കുലദ്രോഹിയായ സ്വന്തം മകനെ ശപിച്ചുകൊണ്ട് ഒരു മരക്കൊമ്പിലിരുന്ന് എന്തൊക്കെയോ പറഞ്ഞുകൊണ്ടിരുന്നു. മീൻകള്ളത്തികൾ തെക്കൻ കിളികുലക്കോട്ടയിലേക്ക് യാത്രപുറപ്പെടുന്നത് കാണാൻ പെട്ടെന്ന് എല്ലാവരും നിശ്ശബ്ദരായി. മീൻകള്ളത്തികൾ തങ്ങളുടെ ആരാധനാമൂർത്തിയായ ജഢായുവിനെ മനസ്സിൽ ധ്യാനിച്ച് അല്പനേരം മൗനികളായി നിന്നു. പിന്നെ ദൃഢനിശ്ചയത്തോടെ തെക്കൻ കിളികുലക്കോട്ടയിലേക്ക് പറക്കാൻ ചിറകുവിരിച്ചു.

"ഇന്നുതന്നെ എനിക്ക് കിളികുലക്കോട്ടയിലേക്കു തിരിച്ചുപോകണം. പിന്നെയെപ്പോൾ മടങ്ങിവരാനാവുമെന്നൊന്നും പറയാൻ പറ്റില്ല. ചിലപ്പോൾ............" ചട്ടക്കാലത്തിപ്പുള്ളിന്റെ വാക്കുകളിൽ കനത്തുനിന്ന ദൃഢനിശ്ചയം സിന്ദൂരത്തിനെ അത്ഭുതപ്പെടുത്തി. കിളികുലക്കോട്ടയിൽ സമീപഭാവിയിൽത്തന്നെ അപായകരമായ പലതും സംഭവിക്കുമെന്ന് ചട്ടക്കാലത്തിപ്പു

ള്ളിന്റെ വാക്കുകളിൽനിന്ന് മനസ്സിലാക്കാവുന്നതേയുള്ളൂ. സായിപ്പന്മാരെ നിരീക്ഷിക്കാൻ തെക്കൻ കിളികുലക്കോട്ടയിലേക്കു പോയ മീൻകള്ളത്തികൾ തിരിച്ചുവരുമെന്നുപോലും ഉറപ്പില്ല. സ്വന്തം യജമാനന്മാർകൂടി കിളികുലക്കോട്ടയിലെത്തിയതോടെ സായിപ്പുപക്ഷികളും ശിങ്കിടികളായ തെമ്മാടിക്കിളികളുമെല്ലാം മതിമറന്ന് അഹങ്കരിക്കുന്നുണ്ടാകും. ഇനിയവർ നാട്ടുപക്ഷികളിലാരെയും ഒട്ടും വകവെക്കില്ലെന്നുറപ്പാണ്. കണ്ണിൽക്കണ്ട നാട്ടുകിളികളെ വെറും വിനോദത്തിനുവേണ്ടി വെടിവെച്ചിടാൻ പോലും യജമാനന്മാർ മടിക്കില്ല. അക്കൂട്ടത്തിൽ കിളികുലക്കോട്ടയിൽ തിരിച്ചെത്തുന്ന ചട്ടക്കാലത്തിപ്പുള്ളും വെടിയുണ്ടക്കിരയായിക്കൂടെന്നില്ല. അത്തരം ആശങ്കകൾക്ക് വകനല്കുന്നതായിരുന്നു ചട്ടക്കാലത്തിപ്പുള്ളിന്റെ വാക്കുകൾ. സിന്ദൂരം ഇങ്ങനെയോരോന്ന് ആലോചിച്ചുകൊണ്ടിരിക്കുന്നതിനിടയിൽ ചട്ടക്കാലത്തിപ്പുള്ള് യാത്രപോലും പറയാതെ കിളികുലക്കോട്ടയിലേക്ക് പറക്കാൻ ചിറകുവിരിച്ചു കഴിഞ്ഞിരുന്നു. മനസ്സുനിറയെ ചിന്തകളുമായി ഒരു സ്വപ്നാടനം പോലെയാണ് സിന്ദൂരം വീട്ടിലേക്ക് നടന്നത്.

പത്ത്

സ്കൂളില്ലാത്ത ദിവസമായിരുന്നു. സിന്ദൂരത്തിന്റെ മനസ്സു മുഴുവൻ കിളികുലക്കോട്ടയിലെ വിശേഷങ്ങളറിയാനുള്ള ജിജ്ഞാസയായിരുന്നു. അതൊക്കെ ഇനി അറിയാനാവുമോ എന്ന കാര്യം പോലും നിശ്ചയമില്ല. കിളികുലക്കോട്ടയിൽ അപായകരമായതെന്തെങ്കിലും സംഭവിച്ചാൽ............ അവൾ ആ കറുത്ത ചിന്തയെ മനസ്സിൽ നിന്നും ആട്ടിപ്പായിച്ചു. പതിവു ജോലികളായ മുറ്റമടിക്കലും ചെടിച്ചട്ടികളിലെ കളപറിക്കലുമെല്ലാം യാന്ത്രികമായി ചെയ്തുതീർത്തുകൊണ്ട് അവൾ ചട്ടക്കാലത്തിപ്പുള്ളിന്റെ ചിറകടിയൊച്ചകൾക്കായി കാതോർക്കുകയായിരുന്നു. ചട്ടക്കാലത്തിപ്പുള്ള് കിളികുലക്കോട്ടയിലേക്ക് പോയിട്ട് നാലു ദിവസം കഴിഞ്ഞിരിക്കുന്നു. സാധാരണ നിലയിൽ അതിലധികമൊന്നും അവൾ അവിടെ താമസിക്കാറില്ല.

എപ്പോഴെങ്കിലും അങ്ങോട്ട് പോയാൽത്തന്നെ വിശേഷങ്ങളറിഞ്ഞ് തിരിച്ചുപോരുകയാണ് പതിവ്. ഇന്നിപ്പോൾ തൊടികളിൽത്തന്നെ കിളികളുടെ പാട്ടും കലമ്പലുമൊന്നും വലുതായി കേൾക്കുന്നില്ല. ചിലപ്പോൾ കിളികുലമാകെ കിളികുലക്കോട്ടയിൽ സമ്മേളിച്ചിട്ടുണ്ടാവും. തീരെ വിരസമായ ഒരു പകൽ തള്ളിനീക്കിക്കൊണ്ട് സിന്ദൂരം വീടിനുചുറ്റും വെറുതെ നടന്നു. നേരം സന്ധ്യയോടടുക്കുകയായിരുന്നു. പെട്ടെന്നാണ് വീടിന്റെ തെക്കുഭാഗത്തുള്ള പുളിമരക്കൊമ്പിൽ ചട്ടക്കാലത്തിപ്പുള്ളിന്റെ ശബ്ദം അവൾ കേട്ടത്. ആഹ്ലാദത്തോടെ അവൾ പുളിമരച്ചുവട്ടിലേക്കോടി. കൊമ്പുകളിലൊന്നിൽ ചട്ടക്കാലത്തിപ്പുള്ള് കാലും നീട്ടിയിരിക്കുന്നതു കണ്ടപ്പോൾ അവളുടെ മനസ്സിൽ ജിജ്ഞാസയുടെ പെരുമ്പറമുഴങ്ങി. ചട്ടക്കാലത്തിപ്പുള്ള് വലിയ ആവേശത്തിലായിരുന്നു. സിന്ദൂരത്തെ കണ്ടതും അവൾ കിളികുലക്കോട്ടയിലെ കഥകളോരോന്നായി പറയാൻ തുടങ്ങി. അവളുടെ ശബ്ദത്തിൽ അപ്പോഴും ആവേശം തിരതല്ലിക്കൊണ്ടിരുന്നു.

"പാതിരാത്രിയിൽ കിഴക്കൻ കിളികുലക്കോട്ടയിലെത്തിയ മീൻകള്ളത്തികൾ തൂവൽ ശബ്ദംപോലും പുറത്തുകേൾപ്പിക്കാതെ നേരംവെളുക്കുന്നതുവരെ മരപ്പൊത്തുകളിൽ ഒളിച്ചിരുന്നുകൊണ്ട് എല്ലാം ശ്രദ്ധിക്കുകയായിരുന്നു. സായിപ്പുപക്ഷികളുടെ യജമാനന്മാർ കൂറ്റൻ ഞാവൽ മരത്തിനു കീഴേ വന്ന ദിവസം തന്നെ ഒരു കൂടാരം ഒരുക്കിയതുകണ്ടപ്പോൾ അവർ രണ്ടുപേരും ശരിക്കും അമ്പരന്നുപോയി. അവർ രണ്ടുപേരും അന്നോളം കാണാത്ത ഒരു വെളുത്ത തുണികൊണ്ടുണ്ടാക്കിയതായിരുന്നു ആ കൂടാരം. നേരം നന്നായി വെളുക്കുന്നതിനു മുമ്പേ തന്നെ സായിപ്പന്മാരിൽ രണ്ടുപേർ നീലപ്പുഴയിൽ വലയെറിഞ്ഞ് മീൻ പിടിക്കാനുള്ള തയ്യാറെടുപ്പിലാണ്. ശേഷിച്ചവരിൽ ഒരാൾ കൂടാരത്തിനകത്ത് വെറും നിലത്തിരുന്ന് തന്റെ കയ്യിലുള്ള തോക്ക് വൃത്തിയാക്കുകയാണ്. ഒരാൾ കൂടാരത്തിന് പുറത്ത് ഒരു ഭാഗത്ത് മാറിനിന്ന് എന്തൊക്കെയോ വ്യായാമം ചെയ്തുകൊണ്ടിരിക്കുന്നു. നാലുപേരും സമപ്രായക്കാരായ ചെറുപ്പക്കാർ തന്നെ. അവരുടെ ചെമ്പിച്ച മുടിയിഴകൾ. നീലപ്പുഴയിൽ നിന്നുള്ള ഇളംകാറ്റിൽ ഇളകിയാടിക്കൊണ്ടിരുന്നു. കൂടാരത്തിന് തൊട്ടടുത്തുള്ള ഒരടുപ്പിൽ തീയെരിഞ്ഞുകൊണ്ടി

രുന്നു." സായിപ്പന്മാർക്ക് എന്തോ പാചകം ആരംഭിക്കാനുള്ള ഒരുക്കം കൂടിയുണ്ടെന്ന് മീൻകള്ളത്തികൾക്കു മനസ്സിലായി.

"സായിപ്പന്മാരുടെ തോക്ക് നന്നായി ശ്രദ്ധിക്കണം. ഭ്രാന്തന്മാർ എപ്പോഴാണ് വെടിപൊട്ടിക്കുകയെന്ന് പറയാനാവില്ല." കുഞ്ഞൻ മീൻകള്ളത്തി കുട്ടൻ മീൻകള്ളത്തിയോട് ശബ്ദം താഴ്ത്തി പറഞ്ഞു. അപ്പോഴേക്കും സായിപ്പുപക്ഷികളിലൊന്ന് കൂടാരത്തിന് മുകളിൽ വന്നിരുന്ന് ഒരു വല്ലാത്ത ശബ്ദത്തിൽ കരഞ്ഞു.

"അതവരുടെ ഭാഷയിലുള്ള ആഹ്ലാദ പ്രകടനമായിരിക്കും." കുട്ടൻ മീൻകള്ളത്തിക്ക് അതുകണ്ടപ്പോൾ നാവടക്കാനായില്ല. എന്തായാലും സായിപ്പുപക്ഷികൾ യജമാനന്മാരുടെ വരവിൽ മതിമറന്നാഹ്ലാദിക്കുന്നുണ്ടെന്ന കാര്യത്തിൽ ഒരു സംശയവുമില്ലെന്ന് അവർക്ക് മനസ്സിലായി.

അപ്പോഴാണ് ഞെട്ടിക്കുന്ന ഒരു കാഴ്ച അവരുടെ ശ്രദ്ധയിൽപ്പെട്ടത്. നീലപ്പുഴയുടെ തെളിഞ്ഞ വെള്ളത്തിനുമീതെ ഒരു ചിറകും നാലഞ്ചു തൂവലുകളും ഒഴുകിവരുന്നത് കണ്ട് അവർ നടുങ്ങിപ്പോയി. അവർ ഒന്നും മനസ്സിലാവാതെ പരസ്പരം പകച്ചു നോക്കി. പച്ച നിറമുള്ള ചിറകുകളും തൂവലുകളുമാണ് വെള്ളത്തിലൂടെ മെല്ലെ മെല്ലെ ഒഴുകിവന്നുകൊണ്ടിരുന്നത്. അത് സായിപ്പുപക്ഷികളുടെ ശിങ്കിടിയായി തെക്കൻ കിളികുലക്കോട്ടയിൽ കഴിയുന്ന ശണ്ഠകുമാരന്റേതാണെന്ന് മനസ്സിലാക്കാൻ അവർക്ക് അധികസമയം വേണ്ടിവന്നില്ല. ഭയം അസഹ്യമായ ഒരു തരിപ്പായി അവരുടെ നെഞ്ചിൻകൂട്ടിലൂടെ ഓടിപ്പോയി. അവർ രണ്ടുപേരും ഒരു നിമിഷം ദു:ഖത്തോടെ കൂടാരത്തിനകത്തെ എരിയുന്ന അടുപ്പിലേക്ക് നോക്കിപ്പോയി. എത്രയും പെട്ടെന്ന് തെക്കൻ കിളികുലക്കോട്ട വിട്ടുപോകണമെന്ന ചിന്ത അവരെ രണ്ടുപേരെയും അലട്ടാൻ തുടങ്ങി. യജമാനന്മാരുടെ തോക്കിൻ കുഴൽ എപ്പോഴാണ് അവർക്കുനേരെ നീളുന്നതെന്ന് പറയാനാവില്ലെന്ന ചിന്തയിൽ അവർ പലവട്ടം നടുങ്ങിക്കൊണ്ടിരുന്നു. ശണ്ഠകുമാരന്റെ മരണവിവരം എത്രയും പെട്ടെന്ന് കിളികുലക്കോട്ടയിലെത്തിക്കണം. കിളികുലത്തെയാകെ വഞ്ചിച്ച് സായിപ്പുപക്ഷികളുടെ ശിങ്കിടിയായി നടന്ന ശണ്ഠകുമാരന്റെ മരണത്തിൽ കിളികുലമാകെ സന്തോഷിക്കുകയേയുള്ളൂ. കിറുക്കൻ മരങ്കൊത്തിക്കും ചിലമാട്ട

മൈനയ്ക്കും മീൻകള്ളത്തിപ്പാറുവിനുമെല്ലാം എന്തുസംഭവിച്ചുവെന്നതിന് ഒരുറപ്പുമില്ല. ഇതിനകം അതു സംഭവിച്ചില്ലെങ്കിലും സായിപ്പ് യജമാനന്മാരുടെ തോക്കിൻ കുഴൽ നാളെ അവർക്കുനേരെയും നീളുമെന്നുതന്നെയാണ് ശണ്ഠകുമാരന്റെ അനുഭവം സൂചിപ്പിക്കുന്നത്. സന്ധ്യമയങ്ങിയാൽ ഇടംവലം നോക്കാതെ വടക്കൻ കിളികുലക്കോട്ടയിലേക്ക് തിരിച്ചു പറക്കണമെന്നുതന്നെ അവർ മനസ്സിലുറച്ചു. നീലപ്പുഴയിൽ അസ്തമയസൂര്യന്റെ അവസാനത്തെ രശ്മിയും മുങ്ങിയെന്നുറപ്പായപ്പോൾ അവർ വടക്കൻ കിളികുലക്കോട്ട ലക്ഷ്യമാക്കി പറന്നു.

നിരീക്ഷകരായി പോയ മീൻകള്ളത്തികളുടെ വിവരങ്ങളൊന്നുമറിയാതെ വടക്കൻ കിളികുലക്കോട്ടയാകെ മരവിച്ചു കിടക്കുകയായിരുന്നു. കണിയാൻ ചെമ്പോത്തും കാളപ്പരുന്തും കിളവൻ മൂങ്ങയും കിങ്കരൻ മരങ്കൊത്തിയും മൂപ്പൻ ചെമ്പരുന്തുമെല്ലാം മനസ്സുനിറയെ വ്യാകുല ചിന്തകളുമായി ഓരോരോ കൊമ്പിൽ മൗനികളായി ഇരിക്കുകയായിരുന്നു. ചെറുകിളികൾ ഒരു ഭാഗത്ത് പരസ്പരം വാക്കുകൾകൊണ്ട് പോരടിക്കുന്നു. അപ്രതീക്ഷിതമായി കുഞ്ഞൻ മീൻകള്ളത്തിയെയും കുട്ടൻ മീൻകള്ളത്തിയെയും മരത്തലപ്പുകൾക്ക് മീതെ കണ്ട നാട്ടുകിളിക്കൂട്ടമാകെ ഒരാരവത്തോടെ അവരെ വളഞ്ഞു. കണിയാൻ ചെമ്പോത്ത് കടുത്ത ശബ്ദത്തിൽ എല്ലാവരോടും നിശ്ശബ്ദരായിരിക്കാൻ ആജ്ഞാപിച്ചു. പിന്നെ മീൻകള്ളത്തികളുടെ വാക്കുകൾക്ക് കാതോർത്ത് നിന്നു. മീൻകള്ളത്തികൾ തെക്കൻ കിളികുലക്കോട്ടയിൽ കണ്ട ഞെട്ടിക്കുന്ന കാഴ്ചകൾ ഓരോന്നായി വിവരിച്ചു തുടങ്ങി. വിറയലോടെയാണ് രണ്ടുപേരും അവർ കണ്ട കാഴ്ചകൾ വിശദീകരിച്ചുകൊണ്ടിരുന്നത്. ചുറ്റും സൂചി നിലത്തുവീണാൽ കേൾക്കാവുന്ന നിശ്ശബ്ദത. അവർ തങ്ങൾ കണ്ട ഞെട്ടിക്കുന്ന കാഴ്ചകൾ മാറിമാറി വിശദീകരിച്ചു.

“ഇനി ഒരു നിമിഷംപോലും കാത്തിരുന്നുകൂടാ. ശണ്ഠകുമാരൻ കുലദ്രോഹിയാണെങ്കിലും അവനും നമ്മളിലൊരാളാണ്. പാടില്ലാത്തതാണെങ്കിലും അവന്റെ മരണത്തിൽ നമുക്ക് ദു:ഖമുണ്ട്. അവന്റെ കൂട്ടുകാരായ മറ്റുള്ള തെമ്മാടിക്കിളികൾക്ക് എന്തുസംഭവിച്ചുവെന്നും ഇപ്പോൾ നമുക്കറിയില്ല. ഇതൊരു സൂചനയാണ്. നാളെ മുതൽ ഓരോരുത്തരായി സായിപ്പ് യജ

മാനന്മാരുടെ തോക്കിനിരയാവുമെന്നതിന്റെ സൂചന. അങ്ങനെ നാട്ടുകിളികുലത്തെയാകെ ഒന്നൊന്നായി കൊന്നൊടുക്കി അവരും സായിപ്പ് പക്ഷികളും വൈകാതെ കിളികുലക്കോട്ടയ്ക്കാകെ അധിപന്മാരാവും." കണിയാൻ ചെമ്പോത്ത് പറഞ്ഞവസാനിപ്പിച്ചപ്പോൾ വല്ലാതെ ചുമയ്ക്കുന്നുണ്ടായിരുന്നു.

"ഞങ്ങളെന്തുചെയ്യണമെന്ന് പറഞ്ഞാൽ മതി. ഞങ്ങളെന്തിനും തയ്യാർ. മരിക്കാനാണെങ്കിൽ അതിനും." നാലു മരങ്കൊത്തി ചെറുപ്പക്കാർ കിളിക്കൂട്ടത്തിൽനിന്ന് മുന്നോട്ട് വന്നു പറഞ്ഞപ്പോൾ നാട്ടുകിളിക്കൂട്ടം ആരവത്തോടെ ചിലച്ചു.

"നമ്മുടെ ശണ്ഠകുമാരനെ കൊന്ന സായിപ്പ് യജമാനന്മാർ നാലുപേരും നാളത്തെ പകൽവെളിച്ചം കാണരുത്. നേരം വെളുക്കുന്നതിനു മുമ്പേ അവരുടെ കണ്ണുകൾ കൊത്തിയെടുക്കണം." കിങ്കരൻ മരങ്കൊത്തി അനുയായികൾക്ക് ആവേശത്തോടെ നിർദ്ദേശം നല്കിയപ്പോഴും കിളികുലക്കൂട്ടത്തിന്റെ വലിയ ആരവമുണ്ടായി.

"കിളികുലമാകെ തെക്കൻ കിളികുലക്കോട്ടയിലെത്തണം. സായിപ്പുപക്ഷികളെ കൊത്തിയോടിച്ച് നമ്മുടെ ഞാവൽമരം നമുക്ക് തിരിച്ചുപിടിക്കണം. എതിർക്കാൻ വന്നാൽ ചതിയന്മാരായ കിറുക്കൻ മരങ്കൊത്തിയും മീൻകള്ളത്തിപ്പാറുവും ചിലമാട്ട മൈനയും നമുക്ക് ശത്രുക്കൾ തന്നെ." കാളപ്പരുന്തിന്റെ വാക്കുകൾ വല്ലാതെ പരിസരമാകെ മുഴങ്ങിക്കേട്ടു.

കിഴക്ക് വെള്ളകീറുന്നതിന് എത്രയോ മുമ്പുതന്നെ നാട്ടുകിളിക്കൂട്ടമൊന്നാകെ തെക്കൻ കിളികുലക്കോട്ടയിലേക്ക് പറക്കാൻ തയ്യാറെടുത്തുകഴിഞ്ഞിരുന്നു. കിളികളുടെ ആരവം കേട്ട് കണ്ണുതുറക്കുന്നതിന് മുമ്പുതന്നെ മരങ്കൊത്തികൾ യജമാനന്മാരുടെ കണ്ണുകൾ കൊത്തിയെടുത്തു കഴിയണമെന്ന നിർദ്ദേശമാണ് മരങ്കൊത്തികൾക്ക് നല്കിയത്.

"അത്രയും സൂക്ഷ്മത വേണം. തോക്കിന്റെ ഉന്നംപിടിക്കാൻ സായിപ്പിന് കണ്ണുണ്ടാവരുത്."

കിങ്കരൻ മരങ്കൊത്തി ശബ്ദം താഴ്ത്തി ചെറുപ്പക്കാരോട് പറഞ്ഞു.

"നേരം വെളുക്കുന്നതിനു മുമ്പേ ഒരിക്കലും പ്രതീക്ഷിക്കാത്ത നാട്ടുകിളിക്കൂട്ടത്തിന്റെ ആരവം കേട്ട് സായിപ്പുപക്ഷികൾ നാലുപാടും ചിതറിപ്പറക്കും. അവറ്റകൾ ആരും നടുങ്ങി

പ്പോകുന്ന ശീൽക്കാരത്തോടെ നീലപ്പുഴയ്ക്കുമുകളിൽ ഒരുതരം വിഭ്രാന്തിയോടെ പറന്നുകളിക്കുമ്പോൾ കിളികുലമാകെ നമ്മുടെ പുഴഞാവൽ മരം കീഴടക്കിക്കഴിയണം."

കിങ്കരൻ മരങ്കൊത്തി ശബ്ദം താഴ്ത്തി നാട്ടുകിളിക്കൂട്ടത്തോടായി അത്രകൂടി പറഞ്ഞു.

"എല്ലാം വിചാരിച്ചപോലെതന്നെ നടന്നു." അങ്ങനെ പറയുമ്പോൾ ചട്ടക്കാലത്തിപ്പുള്ളിന്റെ കണ്ഠമിടറിപ്പോയത് സിന്ദൂരം പ്രത്യേകം ശ്രദ്ധിച്ചു.

നേരം വെളുക്കുന്നതിനുമുമ്പുള്ള കിളികളുടെ അപ്രതീക്ഷിതമായ ആരവം കേട്ട് യജമാനന്മാരും സായിപ്പുപക്ഷികളും ശിങ്കിടികളുമെല്ലാം നടുങ്ങിപ്പോയിരുന്നു. ചെറുപ്പക്കാരായ നാലു മരങ്കൊത്തികളും നേരെ ചെന്ന് യജമാനന്മാരുടെ മുഖം തലങ്ങും വിലങ്ങും പറന്ന് കൊത്തിപ്പറിക്കുകയായിരുന്നു. ഒരു ശരണവുമില്ലാതായപ്പോൾ അവർ നാലുപേരും കൂടാരം വിട്ട് പുറത്തേക്കോടി. ഓട്ടത്തിൽ കൂടാരത്തിനകത്തുനിന്നും തോക്കെടുക്കാൻപോലും അവർക്ക് സാധിച്ചില്ല. നാട്ടുകിളിക്കൂട്ടം ഒന്നാകെ കൂടാരത്തിന് ചുറ്റും പറന്ന് വിജയാഘോഷം മുഴക്കിക്കൊണ്ടിരുന്നു. യജമാനന്മാർ ബോട്ടിൽ ഓടിക്കയറുന്നതാണ് പിന്നെ കണ്ടത്. സായിപ്പുപക്ഷികളും ഗത്യന്തരമില്ലാതെ എങ്ങോട്ടെന്നില്ലാതെ പറന്നുപോവുന്നതുകണ്ടപ്പോൾ നാട്ടുകിളിക്കൂട്ടത്തിലെ കിളികളെല്ലാം വലിയ ആവേശത്തിലായി. യജമാനന്മാർ തങ്ങളുടെ കെട്ടും ഭാണ്ഡവും പോലുമെടുക്കാതെ ബോട്ടിൽ കയറുന്നതുകൂടി കണ്ടപ്പോൾ മരങ്കൊത്തികൾ അവരെ പിന്തുടർന്നു കൊത്തിയോടിക്കുകയായിരുന്നു. ഒരു കൂട്ടം മൈനകൾ സായിപ്പുപക്ഷികളുടെ കൂടുകൾ പൊളിക്കുന്ന തിരക്കിലായിരുന്നു. യജമാനന്മാർ വന്ന യന്ത്രബോട്ട് ഒരു മുരൾച്ചയോടെ നീലപ്പുഴയുടെ തെളിമയുള്ള വെള്ളം കലക്കിമറിച്ചുകൊണ്ട് മുന്നോട്ട് നീങ്ങിയിട്ടും ചെറുപ്പക്കാരായ മരങ്കൊത്തികൾ അവരെ വെറുതെ വിട്ടില്ല. സായിപ്പുപക്ഷികളും വെപ്രാളത്തോടെ അവരെ അനുഗമിച്ചു പറന്നുകൊണ്ടിരുന്നു. തിരക്കിനിടയിൽ കൂടാരം പോലും പൊളിച്ചുമാറ്റാതെയാണ് യജമാനന്മാർ സ്ഥലം വിട്ടതെന്ന് കണ്ടപ്പോൾ നാട്ടുകിളിക്കൂട്ടം സന്തോഷംകൊണ്ട് മതിമറന്നു. അവർ കൂട്ടത്തോടെ കൂടാരത്തിനു മുകളിൽ പറന്നുവന്നിരുന്നു

ഉറക്കെ കലപിലകൂട്ടാൻ തുടങ്ങി. കൂടാരത്തിനകത്ത് എരിഞ്ഞു കൊണ്ടിരുന്ന അടുപ്പിനരികിൽ അവർ കണ്ട കാഴ്ച ഞെട്ടിക്കുന്നതായിരുന്നു. ഒരു വലിയ പാത്രത്തിൽ കൊത്തിയരിഞ്ഞുവെച്ച മാംസക്കഷണങ്ങളുടെ കൂമ്പാരം കണ്ട് അവർ സംശയത്തോടെ പരസ്പരം നോക്കി. തൊട്ടടുത്തുതന്നെ കിറുക്കൻ മരങ്കൊത്തിയുടെയും മീൻകള്ളത്തിപ്പാറുവിന്റെയും ചിലമാട്ട മൈനയുടെയും കൊക്കുകളും ചിറകുകളും തൂവലുകളും കൂടി കണ്ടപ്പോൾ അവർക്ക് പിന്നെയൊന്നും അന്വേഷിക്കേണ്ടി വന്നില്ല.

"ഈ മരണങ്ങളിൽ നമ്മളാരും ദു:ഖിച്ചിട്ടു കാര്യമില്ല. ഇത് ആത്മഹത്യക്കു തുല്യമായ മരണമാണ്." കണിയാൻ ചെമ്പോത്തിന്റെ വാക്കുകൾ കഠിനമായ ദു:ഖംകൊണ്ട് വല്ലാതെ കുറുകിപ്പോയിരുന്നു. കണിയാൻ ചെമ്പോത്ത് ദൃഢമായ ശബ്ദത്തിൽ ഇത്ര കൂടി പറഞ്ഞു.

"സായിപ്പിന്റെ കൂടാരവും അതിനകത്തെ തോക്കും എല്ലാകാലത്തും അങ്ങനെതന്നെയിരിക്കണം. കിളികുലത്തിന്റെ വരും തലമുറകൾക്ക് അതൊരു ഓർമ്മപ്പെടുത്തലായിരിക്കട്ടെ." കണിയാൻ ചെമ്പോത്തിന്റെ വാക്കുകൾ കേട്ട കിളികുലമാകെ ആത്മാഭിമാനത്തോടെ ആരവം മുഴക്കിക്കൊണ്ടിരുന്നു.

ചെറുകിളികളുടെ കലപിലയും കുയിലുകളുടെ പാട്ടും ഉയർന്നപ്പോൾ കിളികുലക്കോട്ടയാകെ ഒരു പുനർജ്ജന്മംപോലെ ഉണർന്നു. നീലപ്പുഴയിലെ മീനുകൾ ബഹളംകേട്ട് വെള്ളത്തിന്റെ മേൽത്തട്ടിൽ വന്നു അതിരറ്റ സന്തോഷത്താൽ ആർത്തുല്ലസിക്കുന്ന നാട്ടുകിളിക്കൂട്ടത്തെ ഒളിഞ്ഞു നോക്കി. നീലപ്പുഴയിലൂടെ ഒരു ഭീരുവിനെപ്പോലെ ഓടി അകന്നുപോകുന്ന യന്ത്രബോട്ടിന്റെ ശബ്ദം അപ്പോഴേക്കും തീരെ നിലച്ചു കഴിഞ്ഞിരുന്നു.

കിളികുലക്കോട്ടയിലെ വിശേഷങ്ങൾ എല്ലാം ഒറ്റ ശ്വാസത്തിൽ പറഞ്ഞവസാനിപ്പിച്ച് ചട്ടക്കാലത്തിപ്പുള്ള് സന്തോഷത്തോടെ ചിലച്ചുകൊണ്ട് കിളികുലക്കോട്ടയിലേക്ക് തന്നെ പറന്നുപോയി. കിളികുലക്കോട്ടയിൽ ഇന്ന് ജഡായുവിന്റെ അമ്പലത്തിൽ നാട്ടുകിളിക്കൂട്ടത്തിന്റ ഉത്സവമാണത്രേ.

സിന്ദൂരം അവൾ പറന്നുപോയ വഴിയേ മനസ്സുനിറയെ സന്തോഷത്തോടെ കുറേ നേരം നോക്കിനിന്നു.

9 789386 364074

Printed by Libri Plureos GmbH in Hamburg,
Germany